D1772138

ஆற்றூர் ரவிவர்மா

கவிமொழி மனமொழி மறுமொழி

ஆற்றூர் ரவிவர்மா

(1930 – 2019)

கவிமொழி மனமொழி மறுமொழி

தொகுப்பாசிரியர்
சுகுமாரன்

காலச்சுவடு பதிப்பகம்

> **அன்பார்ந்த வாசகருக்கு,**
>
> **வணக்கம்.**
>
> *காலச்சுவடு நூலை வாங்கியமைக்கு நன்றி.*
>
> *நூலின் உள்ளடக்கம், உருவாக்கம், அட்டைப்படம் இன்ன பிற அம்சங்கள் பற்றிய உங்கள் கருத்துகளையும் ஆலோசனைகளையும் காலச்சுவடு வரவேற்கிறது. தகவல், எழுத்து, வாக்கியப் பிழைகள் தென்பட்டால் கட்டாயம் தெரிவித்து உதவுங்கள். நூல் தயாரிப்பில் கடும் குறைபாடு இருப்பின் மாற்றுப் பிரதி உங்களுக்குக் கிடைக்கக் காலச்சுவடு ஏற்பாடு செய்யும்.*
>
> **மின்னஞ்சல்:** *publisher@kalachuvadu.com*
>
> *காலச்சுவடு நாகர்கோவில் தலைமையகத்துக்கும் கடிதம் அனுப்பலாம்.*
>
> *தங்கள்*
> **எஸ்.ஆர். சுந்தரம் (கண்ணன்)**
> *பதிப்பாளர் – நிர்வாக இயக்குநர்*

ஆற்றூர் ரவிவர்மா கவிமொழி மனமொழி மறுமொழி ❖ நினைவுகள் ❖ தொகுப்பாசிரியர்: சுகுமாரன் ❖ முதல் பதிப்பு: ஆகஸ்ட் 2019 ❖ வெளியீடு: காலச்சுவடு பப்ளிகேஷன்ஸ் (பி) லிட்., 669, கே.பி. சாலை, நாகர்கோவில் 629001

காலச்சுவடு பதிப்பக வெளியீடு: 915

Attoor Ravivarma ❖ Memoirs ❖ Compiler: Sukumaran ❖ Language: Tamil ❖ First Edition: August 2019 ❖ Size: Crown 1 x 8 ❖ Paper: 18.6 kg maplitho ❖ Pages: 80

Published by Kalachuvadu Publications Pvt. Ltd., 669 K.P. Road, Nagercoil 629001, India ❖ Phone: 91-4652-278525 ❖ e-mail: publications@kalachuvadu.com ❖ Printed at Compuprint Premier Design House, Chennai 600086

ISBN: 978-93-88631-85-3

08/2019/S.No. 915, kcp 2422, 18.6 (1) rss

பொருளடக்கம்

வாழ்க்கைக் குறிப்பு 9

ஆற்றூர் என்னும் பெரும் பயணி 11
— சுந்தர ராமசாமி

காவியரூபன் 16
— சுகுமாரன்

ஆற்றூர் ரவிவர்மா கவிதைகள்
— தமிழில்: சுந்தர ராமசாமி, சுகுமாரன் 26

நினைவில் எழுந்த சொற்கள் 38
— சேரன்

உண்மை சார்ந்த உரையாடல் 42

ஆற்றூருக்கு 69
— அனிதா தம்பி

எதிர்விளி – மறுவிளி 72
— பா. அகிலன்

பிறகு பார்க்கவில்லை
— ஆற்றூர் ரவிவர்மா 74

ஆற்றூர் ரவிவர்மா

ஆற்றூர் ரவிவர்மா

மலையாள மொழியின் முன்னோடிக் கவிஞர், மொழிபெயர்ப்பாளர் என்ற நிலைகளில் புகழ்பெற்ற ரவிவர்மா திருச்சூர் மாவட்டம் ஆற்றூரில் பிறந்தார். பெற்றோர் மடங்ஙர்ளி கிருஷ்ணன் நம்பூதிரி, ஆலுக்கல் மடத்தில் அம்மிணியம்மா. சாமூதிரி கல்லூரி, மலபார் கிறித்துவக் கல்லூரி (கோழிக்கோடு), பல்கலைக்கழகக் கல்லூரி (திருவனந்தபுரம்) ஆகியவற்றில் பயின்று மலையாள இலக்கியத்தில் முதுகலைப் பட்டம் பெற்றார் வெவ்வேறு அரசுக் கல்லூரிகளில் பணியாற்றி ஓய்வு பெற்றார்.

'ஆற்றூர் கவிதைகள்' முழுத்தொகுப்பு. 'புதுமொழி வழிகள்' தேர்ந்தெடுத்துத் தொகுத்த கவிதை நூல்.

தமிழிலிருந்து 'ஜே.ஜே.: சில குறிப்புகள்', 'ஒரு புளியமரத்தின் கதை' (சுந்தர ராமசாமி), 'நாளை மற்றுமொரு நாளே' (ஜி. நாகராஜன்) 'இரண்டாம் ஜாமங்களின் கதை' (சல்மா) ஆகிய நாவல்களையும், 'புது நானூறு' (தேர்ந்தெடுத்த தமிழ்ப் புதுக் கவிதைகள்)

'பக்தி இலக்கியம்' (அ.அ. மணவாளன்) நூல்களையும் மலையாளத்துக்கு மொழிபெயர்த்தார்.

படைப்பாக்கத்துக்கும் மொழிபெயர்ப்புக்குமான சாகித்திய அகாதெமி விருதுகள் ஆற்றூருக்கு வழங்கப் பட்டன. கேரள சாகித்திய அகாதெமி விருது, ஆசான் நினைவுப் பரிசு, மகாகவி பி. குஞ்ஞிராமன் நாயர் விருது உட்படப் பல அங்கீகாரங்களையும் பெற்றார். மாநிலத்தின் மிக உயர்ந்த இலக்கிய விருதான 'எழுத்தச்சன் விருதை' 2012இல் கேரள அரசு ஆற்றூருக்கு அளித்தது.

எண்பத்தொன்பதாம் வயதில் 2019 ஜூலை 26 அன்று திருச்சூரில் மறைந்தார்.

ஆற்றூர் என்னும் பெரும் பயணி

சுந்தர ராமசாமி

தலைவருக்கும் மலையாளப் படைப்பாளி களான என் நண்பர்களுக்கும் மற்ற அனைவருக்கும் வணக்கம்.

எனக்குத் தெரிந்திருந்தது ஆற்றூர் கிருஷ்ண பிஷாரடியைத்தான். பிறகுதான் ஆற்றூர் ரவிவர்மா என் மனதில் இடம் பிடித்தார். என் நாவலான ஜே.ஜே.: சில குறிப்புகளின் மொழியாக்கத்தை ஒப்பிட்டுப் பார்க்க உட்கார்ந்தபோதுதான் நான் அவரை முதல்முதலாகப் பார்த்ததும் அறிமுகம் செய்துகொண்டதும். அன்று அவர் என் நண்பராகத் தோன்றவில்லை. அறிமுகமுள்ளவர்.

1966இல் கோவிந்தனின் உற்சாகத்தில் உருவாகி ஃபாக்டில் நடந்த மாநாட்டில் என்னைப் பார்த்ததாக ஆற்றூர் தான் எழுதிய

ஒரு கட்டுரையில் சொல்கிறார். எனக்கு நினைவில்லை. கடந்த பத்து வருடங்களில் நாங்கள் இருவரும் அறியாமல் ஒரு செடி வளர்வதுபோல எங்களுக்கிடையில் நெருக்கமும் வளர்ந்தது. இந்த நெருக்கம் காரணமாக அவருடைய ஆன்மா கண்டடைந்த ருசிகளை அவர் சொல்லாமலே தெரிந்துகொள்ள என்னால் முடிந்தது. தனது இயல்புக்குப் பொருந்தாத ருசிகளோ உணர்வுகளோ அவருக்கு அவசியமில்லை. அது ஒரு குறை என்ற சிந்தனையும் அவருக்கு இல்லை. தன்னுடைய ருசியின் ஆழத்தை, உணர்வின் ஆழத்தை நோக்கிப் போய்க்கொண்டே இருப்பார். ஒரு கவிஞர் என்ற நிலையில் எனக்கு அவர்மீது மரியாதை தோன்றுவதற்கு முன்பே இந்த உறுதிதான் என் மனதில் மரியாதையாக மாறியிருந்தது. இந்த நட்புறவு மூலம் எனக்கு ஓர் அனுகூலம் கிடைத்தது. அவருடைய கவிதையைப் பற்றி அவரிடம் பேச வேண்டிய தேவை ஏற்படாமலேயே அந்தக் கவிதைகளின் உலகத்துக்குள் செல்லும் வழி திறந்துகிடந்தது. அந்தக் கவிதையில் காண்கிற பல பிரதிபலிப்புகளை அவருடைய வாழ்க்கையினூடாகவே நான் காண்கிறேன். இந்த நட்புறவு எனக்கு ஒரு வரையறையையும் ஏற்படுத்தியது. அவருடைய கலையை என்னால் மிகக் கிரிட்டிகலாகப் பார்க்க முடியுமா என்ற சந்தேகம் எனக்கு இருக்கிறது.

ஒரு கலைஞன் என்ற நிலையில் அவருடைய பிரதான அக்கறை சப்தத்துடன்தான். பாட்டையும் தாளத்தையும் மட்டுமல்ல மொழியையும் காதுகள் மூலமாகவே கட்டுப்படச் செய்திருக்கிறோம். அவருடைய மொழியை ஓர் இலக்கிய மொழி அல்லது அந்த மொழியின் தொடர்ச்சி என்று சொல்வதற்குப் பதிலாக மலையாளியின் வாழ்க்கை முறை இந்தச் சமீபகாலத்தில் உருவாக்கிய மொழி என்று சொல்லலாம். அதனால் அதற்கு ஜீவன் கூடியிருக்கிறது. அதற்கு இலக்கியத்தின் பொதுமொழிக்குள்ள அனானிமிட்டி *(anonimity)* இல்லை.

தெரிந்த சொற்களைக்கூட அவர் மீண்டும் கண்டு பிடிக்கிறார். அதற்கான சாத்தியம் இல்லை என்றால் அந்தச் சொற்களையே தவிர்த்துவிடுவார்.

ஆற்றூரின் எல்லாக் கவிதைகளுக்கும் பொதுவான ஒன்று – நேற்றும் இன்றும் ஆகும். இன்றுக்கும் நேற்றுக்கும் உள்ள தொடர்ச்சி, வேற்றுமை, முரண் – இவற்றில்தான் அவருக்குக் கூடுதல் கவனம்.

நேற்றுக்கு முன்புள்ள முந்தைய நாளோ இன்றுக்கு அப்பாலுள்ள நாளையோ இல்லை. அவர் ஒரு செவ்வியல் கவிஞர் – கிளாசிக்கல் கவி – என்று பலரும் சொல்லிக் கேட்டிருக்கிறேன். ஆனால் இந்தக் காலத்திலும் நமக்குப் பொருத்தமாக உள்ள சில அழகுகளை கிளாசிக்கல் கவிதையிலிருந்து ஆற்றூர் தன்னுடைய கவிதைகளுக்குள் முறைப்படுத்திவருகிறார் என்று சொல்லவே எனக்கு விருப்பம்.

கிளாசிக்கல் கவிதைக்குள் அதன் காலத்தை மறந்து ஒருவரும் பிரவேசிக்க முடியாது. ஆனால் இன்றைய வாழ்க்கையைக் கையில் பற்றிக்கொண்டு நீங்கள் ஆற்றூர் ரவிவர்மாவின் கவிதைகளுக்குள் பயணம் செய்யலாம்.

ஒரு கவி பணிவு காட்டும்போது மறைமுகமாக அந்தப் பணிவின் மூலம் மற்றவர்களிடமிருந்து தான் வேறுபட்டவன் என்பதையே தெரிவிக்கிறான். ஆற்றூருக்கு இந்தப் பணிவைப் பற்றிய நினைப்பே இல்லை. கவிஞர்கள் சிறிய அளவிலாவது உபதேசிகள் என்பதும் நினைவில் இல்லை. பணிவின்மை, ஓர் ஆசிரியராக இருந்தும்கூட உபதேசம் செய்யாமலிருப்பது – இரண்டும் ஆற்றூரின் சிறப்பியல்புகள். ஆற்றூர் சதா பயணத்திலிருப்பவர். ஒன்று – ஊர்களுக்கிடையில். இன்னொன்று மானசீகமான பயணம். எந்தக் கவிதையானாலும் – அது நமக்குப் பிடித்தமானதோ இல்லையோ – அதற்குப் பின்னாலிருக்கும் தியானத்தை வாசிப்பின்போதே நம்மால் புரிந்துகொள்ள

கவிமொழி மனமொழி மறுமொழி

முடியும். அவரை ஒரு செவ்வியல் கவிஞர் என்று இலக்கியரீதியாகச் சொல்வதைக் காட்டிலும் இந்தத் தியானத்தின் பேரில் சொல்லவே நான் விரும்புகிறேன். கவித்துவத்தைத் தியானத்தினூடே கவிதையாக மாற்றுவதனால்தான் இவ்வளவு குறைந்த எண்ணிக்கையில் கவிதைகளை எழுதியும் அவருக்குச் சிறப்பான இடம் கிடைத்திருக்கிறது. இந்தத் தியானத்தின் மீதான ஆசையால் மட்டுமே அவர் மொழிபெயர்ப்பும் செய்கிறார். இருப்பதை மீண்டும் உருவாக்குவதல்ல; இல்லாததைத் தேடத்தான் அவர் பாடுபடுகிறார். இந்தக் குணங்கள் எதுவுமில்லாத ஓர் எழுத்தாளனுக்கு எழுத்து ஒரு சுமையாக மாறும்போது ஆற்றூருக்கு எழுத்து அகவானில் பறப்பதற்கான சிறகுகளாகின்றன. நம்மால் ஆற்றூரின் தேர்ந்தெடுத்த கவிதைகளை உருவாக்க முடியாது. அவரே தேர்ந்தெடுத்துதான் எழுதிவைத்திருக்கிறார்.

ஆற்றூர் ஒரு பெரிய பயணி என்று நமக்குத் தெரியும். ஆனால் உண்மையில் மலையாளியிலிருந்து திராவிடனுக்குச் செல்லும் பயணமே அவருடைய பெரும் பயணம். பயணத்தின் நோக்கம் இதுவாகும் போது பயணம் செய்வதற்கான சாத்தியங்களும் கூடுதலா கின்றன. அவற்றையெல்லாம் ஆற்றூர் தனது பயணங் களால் கடந்துவிடுவார் என்று நாம் நம்பலாம். அவர் தானாகவே ஏற்றுக்கொண்டிருக்கும் பொறுப்புகளை ஆதாரமாகக்கொண்டே நாம் அவரை நம்பலாம். தோல்வி அடைய விரும்பாதவர் அவர். அதனால் நிச்சயமாக நாம் வெற்றிபெறுவோம்.

இவ்வளவு மேன்மைகள் கொண்ட ஒரு கவிஞரைப் பற்றிச் சில விஷயங்களைச் சொல்ல எனக்குக் கிடைத்திருக்கும் இந்த வாய்ப்பு மலையாளிகளுக்கு என்பாலுள்ள நெருக்கத்தின் அடையாளம் என்று நான் கருதுகிறேன்.

குறிப்புகள்:

1. மாங்காடு ரத்னாகரன் – கவிஞர், ஏஷியாநெட் தொலைக்காட்சியில் பணிபுரிகிறார்.

2. கே.சி. நாராயணன் – விமர்சகர், பத்திரிகையாளர், 'பாஷாபோஷிணி' இதழின் ஆசிரியர்.

3. ஃபாக்ட் *(Fact - Fertilizers and Chemicals Travancore)* ஆலுவா அருகில் உத்யோகமண்டலில் உள்ள பொதுத் துறை நிறுவனம். விமர்சகரும் சிந்தனையாளருமான எம். கோவிந்தன் *1960*களில் இங்கு அகில இந்திய எழுத்தாளர் மாநாடு ஒன்றை நடத்தினார்.

இதழ் 129, *காலச்சுவடு* செப்டம்பர் 2010

காவியரூபன்

சுகுமாரன்

ஆற்றூர் ரவிவர்மா எண்பத்தொன்பதாம் வயதில் மறைந்தார். மறைவுக்குச் சில ஆண்டுகள் முன்பே அவரது நினைவாற்றல் குன்றத் தொடங்கியிருந்தது; முதுமைப் பருவ நோய்கள் அவ்வப்போது படுக்கையில் வீழ்த்தியிருந்தன. எனவே அவரது மறைவை இயல்பான ஒன்றாகவே மலையாள இலக்கிய உலகம் ஏற்றுக்கொண்டது. 'நாள் குறிப்புகள்' என்ற கவிதையில் தனது மதிப்புக்குரிய கவிஞரான பி. குஞ்ஞிராமன் நாயரை நினைவுகூரும் விதமாகவும் அவரிடமிருந்து தன்னை வேறுபடுத்திக் காட்டும் வகையிலும் ஆற்றூர் எழுதினார்.'போய்ச் சேர்ந்தவர்களைப் பற்றிப் பராதிப்பட நான் 'பி' அல்ல.'

புகார்கள் எதுவும் இல்லாமல் ஆற்றூர் மறைந்தார் என்பது மரணத்தை இயல்பாக ஏற்றுக்கொள்ளச் செய்தது. எதிர்பாராத பிரிவு என்ற உணர்வுக்கு வாய்ப்பில்லாமற் செய்தது. ஆனால் அவரது மரணத்தின் மூலம் உருவாகியிருக்கும் வெற்றிடம்

உண்மையாகவே அதிர்ச்சி அளிப்பது; நிரப்ப முடியாதது. அவருக்கான இரங்கல் செய்திகள் அனைத்திலும் கவிஞரும் மொழிபெயர்ப்பாளருமான ஆற்றூர் ரவிவர்மா மறைந்தார் என்றே குறிப்பிடப்பட்டது. கவிஞராகவும் மொழிபெயர்ப்பாளராகவும் நிகரற்ற முறையில் செயல்பட்டார். உண்மை. இந்த இரு நிலைகளுக்கும் அப்பால் மலையாள இலக்கியத்தின் மதிப்பீட்டாளராக அவருடைய இருப்பு இருந்தது. இந்த இருப்பு இயல்பாக அமைந்த ஒன்று. நவீன மலையாள இலக்கியத்தில், குறிப்பாகக் கவிதையில் ஆற்றூரின் கருத்து ஒரு சான்றடையாளமாக நிலைபெற்றிருக்கிறது. நல்ல கவிதை என்று அவர் குறிப்பிட்ட ஒன்று எந்தச் சந்தேகத்துக்கும் இடமின்றி ஏற்றுக்கொள்ளப்பட்டது. அவர் நல்ல படைப்பு என்று அடையாளம் காட்டிய ஒன்று அவ்வாறே வரவேற்கப்பட்டது. அவரது மதிப்பீடு சரியான ஒன்றாகக் கருதப்பட்டது. தனது ரசனை, தேர்வு, படைப்பு ஆகியவற்றின் வலுவில் ஆற்றூர் இந்த மதிப்பீட்டை நிலைநிறுத்தினார். ஆற்றூர் இதைப் பிரக்ஞைபூர்வமாக மேற்கொண்டவர் அல்லர். அவரது ஆளுமையே அவ்வாறு அமைந்த ஒன்று. நுட்பமான சிந்தனை, செறிவான மொழியுணர்வு, முழுமையான பார்வை, காலத்துக்கு ஒப்ப மாறும் வரலாற்றுக் கண்ணோட்டம், சார்புகளற்ற மானுடப் பரிவு ஆகிய கூறுகளால் ஆனது அவருடைய ஆளுமை. அவரை குருவாகச் சிலர் கருதவும் இலக்கியத்தின் சான்றடையாளமாகப் பலர் எண்ணவும் காரணமானது இதுவே.

ஆற்றூர் வகித்த மதிப்பீட்டாளர் தகுதியைப் பின்வரும் எடுத்துக்காட்டின் மூலம் பார்க்க முடியும். சச்சிதானந்தனின் 'பீதாம்பரன்' என்ற கவிதையை விமர்சகர் ஒருவர் 'அவ்வளவு ஒன்றும் மெச்சத் தகுந்தது அல்ல' என்று புறக்கணிக்க முற்பட்டார். 'அதை சச்சிதானந்தனின் நல்ல கவிதைகளில் ஒன்றாக ஆற்றூர் ரவிவர்மா குறிப்பிட்டுச் சொல்கிறாரே' என்று எடுத்துக்காட்டியதும் 'ஆற்றூர்

சொன்னால் அது நிச்சயம் நல்ல கவிதையாகத்தான் இருக்க வேண்டும். கவிதையல்லாத ஒன்றைக் கவிதையென்று சொல்ல மாட்டார்' என்று ஒப்புக்கொண்டார் விமர்சகர். அவ்வாறு ஒப்புக்கொள்ளத் தூண்டுவதாக இருந்தது ஆற்றூரின் இலக்கிய ஆளுமை. மதிப்பீட்டாளராகவும் சான்றடையாளமாகவும் மலையாள இலக்கிய உலகம் அவருக்கு இடம் அளித்திருந்தது. ஆற்றூரின் மறைவால் ஏற்பட்டிருக்கும் வெற்றிடம் அதிர்ச்சி அளிப்பது இந்தக் காரணத்தினால்தான். அவர் அளவுக்கு சமரசமின்மைக்கு முதன்மையளிக்கும் இன்னொரு ஆளுமை இனி இல்லை என்பது அதிர்ச்சியின் அளவைக் கூட்டவும் செய்கிறது.

அய்யப்ப பணிக்கரின் 'குருக்ஷேத்திரம்' (1960) என்ற கவிதையே மலையாளத்தில் நவீனத்துவப் போக்கைத் தொடங்கிவைத்தது. அந்தக் கவிதையை மையமாகவைத்து எழுந்த விவாதங்களும் தேடல்களும் 'ஆதுனிகத' என்ற நவீனத்துவச் சிந்தனைக்கு வழியமைத்தது. குருக்ஷேத்திரம் வெளியாவதற்கு முன்பே கேரளச் சிந்தனையாளர்களில் ஒருவரான எம்.கோவிந்தனும் கவிஞர்களான என்.வி.கிருஷ்ண வாரியர், மாதவன் அய்யப்பத்து போன்றோரும் அதுவரை புழக்கத்திலிருந்த கற்பனைவாதப் போக்கிலிருந்து விலகிப் புதிய கவிதைக்கான முன்னெடுப்புகளில் ஈடுபட்டிருந்தனர். மலையாளத்தின் முதன்மைச் சிற்றிதழான *சமீக்ஷா* வாயிலாக எம். கோவிந்தன் புதிய போக்குக்கு இயக்க வலுவை அளித்தார். இந்தக் கால அளவில் கவிஞராக அறிமுகமானவர் ஆற்றூர் ரவிவர்மா. முன்னரே அவரது கவிதைகள் சில வெளிவந்திருந்தபோதும் சமீக்ஷாவில் வெளியான 'அவன் ஞானல்லோ' என்ற கவிதை அவரை நவீனத்துவர்களில் ஒருவராக அடையாளப்படுத்தியது. புதிய கவிதையின் முன்னோடி முகங்களில் ஒன்றாக உறுதிப்படுத்தியது. புதிய கவிதையின் முன்னோடிகளாகக் கருதப்பட்ட பிற கவிஞர்களிடம் தென்பட்ட பொது இயல்புகளிலிருந்து மாறுபட்டவையாகவே ஆற்றூர் ரவிவர்மாவின் கவிதைகள் அமைந்தன. அய்யப்ப

பணிக்கர், சச்சிதானந்தன் போன்றோரது தொடக்க காலக் கவிதைகளில் தென்பட்ட கற்பனைவாதச் சாயல் ஆற்றூரின் கவிதைகளில் இல்லை. அவர்களிடம் நிழலாடிய அந்நிய உருவமோ தொனியோ அவர் கவிதைகளில் இடம்பெறவில்லை. அதேசமயம் மலையாள மரபுக் கவிதையின் எச்சங்களாகவும் அவை இல்லை.

ஆற்றூரின் ஆரம்பக் காலக் கவிதைகளில் ஒன்றான 'மதுரம்' என்ற கவிதையை இன்று பரிசீலிக்கும்போது இந்த மாற்றம் தெளிவாகிறது. 'இளமையின் பாதையில் யாரை நினைத்து நடந்தானோ' அவளை ஒரு திருமண வீட்டில் மணப்பெண்ணின் உறவாகப் பார்க்கிறான். யாரிடமோ எதையோ சொல்வதுபோல நினைவைத் திருப்பிக்கொள்கிறான். இதைச் சொல்லும் கவிதை, முடிவில் அந்த நினைவின் இனிமையை மீட்டெடுக்கிறது. 'மீண்டும் மீண்டும் பாயசம் பரிமாறச் சொல்லித் திகட்டும்வரை அள்ளிக் குடித்தோம் நாம்' என்ற முடிவு வரிகளில் கவிதை ஆனந்தச் சலனம் கொள்கிறது. அதீதமாக உணர்வு ததும்பும் சூழலை அடக்கமான தொனியில் வெளிப்படுத்துகிறது. இழந்த காதலைச் சொல்லும் கவிதையில் கற்பனாவாதமாக எவ்வளவு கரைந்திருக்கலாம்? எவ்வளவு வரிகளில் பெருக்கெடுத்திருக்கலாம்? ஆனால் அவற்றைச் செய்யாமலேயே உணர்வுப்பூர்வமான மனநிலையை முன்வைத்துவிடுகிறது. இந்தத் தொனியடக்கம் ஆற்றூரின் கவிதைகளில் பொது இயல்பு. தனது ஆரம்பக்காலம் முதல் கடைசிக்கட்டம் வரையிலும் அவர் எழுதிய கவிதைகள் இந்த இயல்பிலிருந்து விலகவில்லை. இந்த அம்சமே ஆற்றூரை அவரது சமகாலக் கவிஞர்களிடமிருந்து தனித்துவப்படுத்தியது. 'எல்லா வீடுகளும் மேற்குப் பார்த்திருக்க என் வீடு கிழக்காயிற்றே' என்ற கவிதை வரி இந்தத் தனித்துவத்தை எடுத்துச் சொல்வதுதான்.

ஆற்றூர் ரவிவர்மா தனது கவிதைகளில் மாற்று அழகியல் ஒன்றை உருவாக்கினார். அந்த அழகியல் ஒரே சமயம் நவீனமானதாகவும் மலையாளக் கவிதை மரபில்

வேர்கொண்டதாகவும் இருந்தது. அதற்கான ஆதாரச் சிந்தனை கவிதையாக்கத்தை மட்டுமல்ல அவரது மொத்த ஆளுமையையும் பிரதிபலிப்பதாகவும் இருந்தது. 'துஞ்சத்து எழுத்தச்சனுக்கும் எனக்குமிடையில் மூன்று நான்கு நூற்றாண்டுத் தூரம்' என்ற வரி நவீன கவிஞனின் ஒப்புதல். பி. குஞ்ஞிராமன் நாயரை மலையாளக் கவிதையின் மரபாக உருவகம் செய்யும் 'மேகரூபன்' கவிதையின் 'குருடர்கள் உன் தும்பிக்கையையோ கொம்பையோ விலாவையோ தொட்டுத் தடுமாறலாம். எனக்கு ஆசை உன் வால்மயிர் பதித்த மோதிரம்' என்ற வரிகள் மலையாள மரபுடனான ஒட்டுதல். இவை அவரது கவிதையாக்கத்தின் கூறுகள். எனில், 'உதாத்தம்' என்ற கவிதையில் வெளிப்படுவது அவரது அகத்தின் சித்திரம். பக்தியும் மகத்துவமும் குடித்துத் தீர்த்துக் காலியான பாயசப் பாத்திரத்தைக் கஞ்சிக் கலயத்துடன் நெருங்கும் பசித்த சிறுவனிடம் எடுத்துவீசச்சொல்லும் வரிகளில் ஆற்றூரின் விரிந்த பார்வையும் ஆளுமையின் ஆழமும் துலங்குகின்றன. இந்த மானுட இணக்கமே அவர் கவிதைகளின் உள்ளோட்டம்.

சென்ற நூற்றாண்டின் ஆரம்பத்தில் கேரளத்தில் செல்வாக்குடன் இருந்தவை நம்பூதிரிக் குடும்பங்கள். கலையும் இலக்கியமும் பண்பாட்டுச் செயல்பாடுகளும் அவர்களைச் சுற்றியே நிகழ்ந்தன. அதுபோன்ற நம்பூதிரிக் குடும்பத்தில் பிறந்தவர் ரவிவர்மா. 'என் வீட்டுக்குச் சிறப்பித்துச் சொல்லக்கூடிய கலை இலக்கிய மரபு எதுவுமில்லை. பூஜ்ஜியம் என்றே சொல்லலாம். தர்க்க நிபுணராக இருந்த தாத்தாவும் அவரது நண்பர்களும் நடத்தும் உரையாடல்கள், வீட்டிலிருந்த புத்தகங்கள், சிற்பக் கலையிலும் வாத்தியம் வாசிப்பிலும் தேர்ச்சி பெற்றிருந்த அப்பா இவையெல்லாம் என்மீது செல்வாக்குச் செலுத்தியிருக்கலாம். பள்ளிப் பருவத்தில் கம்யூனிசம் ஊருக்குள் நுழைந்தது. இளைஞர்களான நாங்கள் பலரும் அதன்பால் ஈர்க்கப்பட்டோம். எங்கள்

கால சமூக அமைப்பு நிலவுடைமை முறையில் இருந்தது. அது மாற வேண்டும் என்று விரும்பினோம்' என்று குறிப்பிடும் ஆற்றூர் மாற்றங்களைக் கரம் நீட்டி வரவேற்கும் சிந்தனையாளரான எம். கோவிந்தனுடன் அறிமுகமானார். தன்னைப் பாதித்த ஆளுமைகள் பலர் என்று ஆற்றூர் குறிப்பிட்டாலும் கணிசமாகப் பாதித்தவர் எம். கோவிந்தனாக இருக்கலாம் என்று தோன்றுகிறது. சுதந்திரமான சிந்தனை, சார்புகள் இல்லாத மானுட வாஞ்சை, புதிதினும் புதிது தேடும் ஆர்வம், கறாரான மதிப்பீடுகள், புதிய படைப்புகளை ஏற்கும் மனவிரிவு, புதியவர்களை ஊக்குவிக்கும் பெருந்தன்மை போன்ற ஆற்றூர் குணங்களில் கோவிந்தனின் இயல்பைக் காண முடிகிறது.

ஏறத்தாழ ஆறு பதிற்றாண்டுக்கும் மேலாகக் கவிதையுலகில் இயங்கியவர் ஆற்றூர் ரவிவர்மா. எனினும் அவரது கவிதைகளின் எண்ணிக்கை அதிகமில்லை. கவிதை பற்றி அவர் கொண்டிருந்த தீர்மானங்களே எண்ணிக்கைக் குறைவுக்குக் காரணம். திட்பமும் நுண்மையுமான கவிதைகளுக்கான காத்திருப்பு அவரிடம் இருந்தது. தான் விரும்பிய முழுமையை அடையும் வரையிலான காத்திருப்பு. இந்தக் காத்திருப்பே அவரது கவிதைகளை வேறுபடுத்திக் காட்டியது. ஒரு கவிதைபோல இன்னொன்றை எழுதி விடக்கூடாது என்ற நிரந்தர எச்சரிக்கை அவரிடம் இருந்தது. அதேசமயம் புதிய பொருள்களையும் புதிய சொல்முறைகளையும் முயன்றுபார்க்கும் உத்வேகமும் தொடர்ந்து செயல்பட்டன. தேர்ந்தெடுத்த சொற்கள், தெளிவான கூறுமுறை, மொழிக்குள் மறைந்திருக்கும் நுட்பம் ஆகியவை ஆற்றூரின் எந்தக் கவிதையிலும் காணக் கிடைப்பவை. மையப் பொருளை நோக்கி ஆழ்ந்து செல்லும் வரிகளில் கவிதையின் மொத்த உலகத்தை வெளிக்காட்டும் விந்தை அவர் கவிதைகளில் புலப்படும். 'கான்சர்' என்ற கவிதையின் மையப்பொருளை அதன் ஆரம்ப வரிகளே சுட்டிக்காட்டி விரிவுபடுத்துகின்றன. 'கல்லூரிக்கு இரண்டு வாசல்கள் வாயும் மலத் துவாரமும்

போல' என்ற வரிகளில் கல்வியின் சீரழிவு வலுவாகக் காட்டப்பட்டுவிடுகிறது. வாய்க்குள் செல்லும் உணவையும் மலத்துவாரம் வெளியேற்றும் கழிவையும் நுட்பமாகச் சொல்லும் அதே வரிகள் அவற்றின் மறைமுக விளைவை வாசிப்பவனிடம் யோசிக்கத் தூண்டுகிறது. நவீன மலையாளக் கவிதையில் செறிவும் சொற்சிக்கனமும் கொண்ட கவிதைகள் ஆற்றூர் எழுதியவை. பொதுவாக விரித்துச் சொல்லும் கவிதைகள் கொண்ட மரபில் இது துணிச்சலான மாற்றம். புதிய தலைமுறைக் கவிஞர்களுக்கு அவர் காட்டிய முன்னுதாரணமும் கூட.

மலையாளக் கவிதைக்கு ஆற்றூரின் பங்களிப்பு தனித்துவமானது. கவனத்துக்குரியது. அதே அளவு கவனத்துக்குரிய பங்களிப்பைப் புதிய கவித்திறமைகளை முன்னிருத்தியதிலும் செலுத்தினார். அவர் தொகுத்து வெளியிட்ட 'புதுமொழி வழிகள்' என்ற தொகுப்பு அவரது தலைமுறைக்குப் பின்னர் வந்திருக்கும் புதியவர்களை அறிமுகப்படுத்தியது. அவர்களில் ஒவ்வொருவரும் தனித்த போக்கைப் பின்பற்றியவர்கள். எனினும் கவிதைக்குப் புதிய திசையை உருவாக்கியவர்கள். ஆற்றூர் ரவிவர்மா அடையாளம் காட்டாமலிருந்தால் அவர்களின் கவிதைகள் இன்று பெற்றிருக்கும் இலக்கிய ஏற்பை ஒருவேளை பெறாமல் இருந்திருக்கலாம். 'எதற்காக இந்தத் தொகுப்பு,' என்ற தலைப்பில் அதற்கு எழுதிய முன்னுரையில் ஆற்றூர் குறிப்பிடுவது அவரது கவிதை பற்றிய நோக்கை எடுத்துக்காட்டுகிறது. ' ஒவ்வொரு கவிஞரும் ஒரு புதிய மொழியை உருவாக்குகிறார் – சாதாரண மொழியிலிருந்து ஒரு தனிமொழியைப் படைக்கிறார். ஒரு கவிதை பொய்யானதா, போலியானதா, நகலெடுப்பா, வெற்று அலங்காரமா, ஆழமில்லாததா என்பதை அந்தக் கவிதை யின் மொழியே சொல்லிக்கொண்டிருக்கும். இங்கே மொழி என்பது சொற்களோ வாசகங்களோ மட்டுமல்ல, சொல்லப்பட்ட வடிவம் என்பதாகக் காணவேண்டும். அது

கவிஞர் உருவாக்குவது' என்ற முன்னுரை வரிகளுக்குப் பின்னால் புலனாவது கவிதையைத் தீவிரமாகக் கருதும் ஆற்றூரின் படைப்பு மனம்.

கவிஞராகவும் கவிதை முன்னெடுப்பாளராகவும் ஆற்றூர் காட்டிய அக்கறைக்கு நிகரானது மொழி பெயர்ப்பாளராக அவர் மேற்கொண்ட பணி. அவரது மொழிபெயர்ப்புத் தேர்வு நவீனத் தமிழ் இலக்கியமாக இருந்தது வியப்புக்குரியது; அதேசமயம் இயல்பானது. அவரது மொழியாக்கங்கள் ('சார்ல்ஸ் போதலேர்', 'ஜீம்ஸ் ஹாம்ஸ்', 'ஷெர்மன் அலக்ஸி', 'சூஸன்னா கார்டினர்' ஆகிய நால்வரின் பிறமொழிக் கவிதைகள் தவிர்த்து) அனைத்தும் தமிழிலிருந்து செய்யப்பட்டவை. கல்விப் பயிற்சிக்குப் பின்னர் மதராசில் சிலகாலம் வாழ்ந்தார். 'அது ஓர் அற்புத உலகமாக எனக்குத் தோன்றியது. வங்காள விரிகுடாவின் விளிம்பில் எனக்கு ஒரு தரிசனம் கிடைத்தது' என்று அதைக் குறிப்பிடுகிறார். அந்தத் தரிசனத்தின் செவிவிளைவுதான் ஆற்றூரின் தமிழ்ப் படிப்புக்கு முகாந்திரம். இசை ஈடுபாடுகொண்ட அவர் தெலுங்குக் கீர்த்தனைகளை – முதன்மையாக தியாகராஜரின் கீர்த்தனைகளைப் – புரிந்துகொண்டு ரசிப்பதற்காகவே தமிழ் கற்க முயன்றார். 'தெலுங்கு கற்றுக் கொள்வது கடினம். ஆனால் தமிழ் மலையாளத்துடன் நெருக்கமான மொழி ஆயிற்றே? தெலுங்குக் கீர்த்தனைகளின் தமிழாக்கத்தில் அவற்றைப் படிக்கவே தமிழ் கற்க முயற்சித்தேன். '*தினத்தந்தி* நாளிதழை எழுத்துக் கூட்டி வாசித்தே தமிழைக் கற்றேன்' என்று குறிப்பிட்ட அவரது ஆர்வம் விரைவிலேயே தமிழ் இலக்கியம் நோக்கித் திரும்பியது. எம். கோவிந்தன் பரிந்துரைத்த தமிழ் நாவலை வாசித்ததும் புத்துணர்ச்சி அடைந்தார். 'இதை மொழிபெயர்க்க உங்களால் முடியும்" என்று கோவிந்தன் ஊட்டிய தன்னம்பிக்கை சுந்தர ராமசாமியின் 'ஜே.ஜே.: சில குறிப்புக'ளை மலையாளத்தில் மொழிபெயர்க்கத் தூண்டியது. அது இரு மொழிக்குமான நற்பயன் என்பதை இப்போது உணர முடிகிறது.

'ஜே.ஜே.: சில குறிப்புகள்' மலையாள ஆக்கத்துக்காகத் தமிழை ஊன்றிப் பயின்ற ஆற்றூர் அந்த மொழியாக்கத்தின் வெற்றிக்குப் பின்னர் தமிழ் இலக்கியத்தைப் பின் தொடர்பவரானார். அது தமிழுக்குக் கிடைத்த நல்வாய்ப்பாக அமைந்தது. அதுவரை தமிழ் இலக்கியமான கேளிக்கைச் சரக்குகளின் கிடங்கு என்றிருந்த மலையாள மனப்போக்கை மாற்றியது. தமிழின் காத்திரமான படைப்புகளை அறிமுகம் கொள்வதற்கான வாசலைத் திறந்துவிட்டது. நவீனத் தமிழிலக்கிய முயற்சிகளைப் பற்றிய அக்கறையை ஏற்படுத்தியது. இந்த மொழிமாற்றப் பணியை ஆற்றூர் தொடர்ந்தார். சுந்தர ராமசாமியின் 'ஒரு புளிய மரத்தின் கதை', ஜி. நாகராஜனின் 'நாளை மற்றுமொரு நாளே', சல்மாவின் 'இரண்டாம் ஜாமங்களின் கதை' ஆகியவை அவரது மொழியாக்கத்தில் வெளியாயின. மொழிபெயர்ப்புகள் வாயிலாக ஒரு பண்பாட்டு அசைவையும் அவரால் ஏற்படுத்த முடிந்தது. தமிழிலக்கியம் குறித்த மதிப்பீட்டை மலையாள இலக்கிய உலகில் உருவாக்கியது மட்டுமல்ல, பண்பாட்டு அடிப்படையிலான இணைப்புக்கும் அவர் காரணமாக இருந்தார். முன்னரே மலையாள மொழியின் தனித்தன்மை குறித்துச் சிந்தித்திருந்த அவருக்குத் தமிழ்த் தொடர்பு பயனளித்தது. தனி மலையாளச் சொற்களைப் பயன்படுத்தி எழுத ஊக்கமளித்தது. அவரது பல கவிதைகளின் தலைப்புகளையும் ('நாள் குறிப்புகள்', 'ஆற்றுவெளி', 'தொண்டன்', 'நேர்காணல்') சில கவிதைகளின் இடைவரிகளையும் வைத்து இதை நிறுவலாம். தமிழுக்கும் மலையாளத்துக்கும் பொதுவான சொற்களைக்கொண்டு வடமொழிச் சொற்களை விலக்கினார். இதை வறட்டுப் பிடிவாதத்துடன் அல்லாமல் பொருத்தப்பாட்டுடன் செய்தார். இது புதிய கவிஞர்களுக்கு வழிகாட்டியும் ஆகியிருக்கிறது.

'புது நானூறு' என்ற தலைப்பில் ஆற்றூர் மொழி பெயர்த்துத் தொகுத்த தமிழ்ப் புதுக்கவிதைத் தொகுப்பை

மலையாளத்தின் கொள்முதலாகவும் தமிழின் கொடுப்பினை யாகவும் சொல்ல விரும்புகிறேன். தமிழ்ப் புதுக்கவிதையின் குணாம்சங்களை மலையாளக் கவிதை வாசகர்களும் கவிஞர்களும் விளங்கிக்கொள்ள தொகுப்பு உதவியது. மலையாள மண்ணில் நடைபெறும் கவிதை வாசிப்புகளில் தமிழ்ச் செய்யுட்காரர்களைத் தவிர்த்துப் புதிய கவிஞர்களை அழைக்கும் வழக்கத்துக்குத் தொடக்கமிட்டது.

மொழியாக்க முயற்சிகள் ஆற்றூரைத் தமிழுடன் மிகவும் நெருங்கச் செய்ததன் விளைவு 'மறுவிளி' என்ற கவிதை. ஈழத்து மானுட அவலங்களைக் கண்டும் கேட்டும் பதறிய மலையாளி மனத்தின் விம்மல் அந்தக் கவிதை. ஈழப் பிரச்சனை பற்றி உதாசீனமான எண்ணம்கொண்டிருந்த மலையாளிகளின் இடையில் உண்மையின் வெளிச்சத்தைப் படரச் செய்தது. ஈழச் சிக்கல் பற்றி தமிழல்லாத இந்திய மொழியொன்றில் எழுதப்பட்ட முதல் ஈழ ஆதரவுக் கவிதை 'மறுவிளி'தான். அதன் ஆரம்ப வரிகளிலேயே தமிழுக்கும் மலையாளத்துக்குமான உறவை, அழுத்தமாகச் சொன்னதன்மூலம் தமிழருக்கும் மலையாளிகளுக்குமான பிணைப்பைச் சொல்லிவிடுகிறது. 'நமக்கு ஒரே ஸ்வரங்ஙள் ஒரே வ்யஞ்சனங்ஙள், ஒரே மௌனம்' என்ற மலையாள வரி ஒரு பண்பாட்டுத் திறவுகோலைக் கொண்டிருப்பது. மலையாளத்தில் ஸ்வரம் என்பது உயிர் எழுத்து, வ்யஞ்சனம் என்பது மெய் எழுத்து. தமிழாக்கத்தில் இதைச் சிந்திக்கும்போது இரு பண்பாட்டின் மூடப்பட்ட அறை விரியத் திறந்துகொள்கிறது.

ஆற்றூரின் தமிழ்க் கனவுகளில் ஒன்று, கம்ப ராமாயணத்தை மலையாளத்தில் மொழியாக்கம் செய்வது. இறப்புக்குச் சில வருடங்களுக்கு முன்பிருந்தே சக கவிஞரான மாதவன் அய்யப்பத்துடன் இணைந்து மொழிபெயர்ப்புப் பணியில் ஈடுபட்டு வந்தார். மரணம் அதை முழுமையாக்க அனுமதிக்கவில்லை. அது தமிழர் களுக்கு இழப்பு; மலையாளிகளுக்குப் பேரிழப்பு.

காலச்சுவடு 237, செப்டம்பர் 2019

ஆற்றூர் ரவிவர்மா கவிதைகள்

பைத்தியம்

உணவருந்தும்போது சோற்றுருண்டையில் ரத்தம்
நான் சந்துகள் தாண்டிச் செல்கையில் மாமிசத்தில்
கால் இடறிச் சுளுக்குகிறது
தண்ணீரில் கண்ணீரின் புளிப்பு
சட்டையின் புள்ளியில் ரத்தக்கறை –
என்ன மனிதனாகிவிட்டேன் நான்!

தினசரியின் பக்கங்களில்,
வானொலியின் செய்தி அறிக்கையில்,
எப்போதும் கேட்கும் தெருக்களின் ஒலிகளில்
கொலைகளும் மரணங்களும் –
எதிர்ப்படக்கூடும் மரணம்
தேவாலயத்தில் குனியும்போது
பஸ்ஸுக்குக் காத்திருக்கும்போது.

தேசங்களின் பெயர்கள் –
குலப் பெயர்கள், ஆட்களின் பெயர்கள்
நினைவில்லை. என் கண்முன் சிவந்த கடல் அல்லவோ!

துப்பாக்கிக் குதிரைகளின் தாளம் செவிகளில் ரீங்கரிக்கிறது.
மூக்கில்
ரத்தம் தோய்ந்த சடலங்கள்
பெட்ரோலில் எரியும் நெடி.
தொட்டுவிட்டேனோ ஒரு பிணத்தை!
தூக்க மாத்திரைகள் எவ்வளவோ விழுங்கிய பின்பும்
எப்போதும் நடுங்குகிறேன் தூக்கத்தில்.

சுற்றி வர அசுத்தத்தையே
கண்ட என் தாத்தாவின்
முற்றிய தண்ணீர் பிசாசு¹ என்னிலும்
உயிர் வாழ்கிறதா என்ன?

மலையாளத் தலைப்பு: 'பிராந்து'
தமிழில்: **சுந்தர ராமசாமி**

காலச்சுவடு 7, ஜூலை – செப். 1989

●

---

1. ஒரு மனநோய் *(Obsessional Psychoneurosis)* அசுத்தமாக இருக்கிறோம் என்ற எண்ணத்தில் சதா சுத்தம்செய்துகொண்டிருப்பது. இந்தப் பழக்கம் வாரிசுகளுக்கும் தொற்றக் கூடியது.

அந்தரங்கம்

எல்லா வீடுகளும் மேற்குப் பார்த்திருக்க
என் வீடு கிழக்கே ஆயிற்றே
எல்லாருக்கும் வெளுத்தவர்களே அன்னையர்
என் அம்மா கறுத்தவளானாளே
ஆட்கள் எல்லாரும் விரைந்து நடப்பவர்கள்
நான் ஒரு அசையாக் கொடிமரம் ஆனேனே
சிரிப்பின் தோழமைக் கூட்டத்தில் எனக்கு
ஒருமுறைகூட சீட்டு விழவில்லையே.

தலையெழுத்து

நான் வந்து சேரும்போது
நேரம் கடந்திருந்தது

கொடுமுடிகளில் எல்லாம்
கொடிகள் பறந்திருந்தன

தீவுகளில் கால்தடங்கள்
பதிந்திருந்தன

இரண்டு உலகப் போர்கள் முடிந்துவிட்டதால்
வீர சுவர்க்கம் பூட்டியிருந்தது.

சுதந்திரம் மீண்டதற்குப் பின்பு
காந்தியின் ஆட்கள்
தொப்பி விளையாட்டில் மூழ்கியிருந்தார்கள்

நான் வந்தபோது
கோமாளிகளின் இடைவேளை தொடங்கியிருந்தது.

கான்சர்

கல்லூரிக்கு இரண்டு வழிகள்
வாயும் மலத்துவாரமும்போல

கூட்டங்கூட்டமாக பெண்பிள்ளைகளும்
ஆண்பிள்ளைகளும்
ஆரஞ்சுக் கூட்டம்போல
அதன் வதனம் வழியாகவும்
உணவுக்குழாய் இரைப்பை பெருங்குடல் சிறுகுடல் போன்ற
தாழ்வாரங்கள் இடைவழிகள் வகுப்பறைகளினூடேயும்
நகர்ந்துகொண்டிருந்தார்கள்

குன்றின் உச்சியில் அது நிற்பது
வெள்ளை உடுப்பணிந்த கனவானைப்போல
சுவாச ஏற்ற இறக்கம் நாடித்துடிப்பு உடல்வெப்பம்
நாக்கு கண் காது
ரத்தம் மலம் மூத்திரம் எல்லாம்
சமநிலைகொண்ட கனவானுடையவைதாம்

ஒருமுறை தலைவலி கண்டது
கணக்குகள் எங்கோ தவறுகின்றன
கூட்டலிலா கழித்தலிலா சராசரி எடுத்ததிலா?
தொடர்ச்சியாக வாயுப்பிடிப்பு
வாசிக்கும்போதெல்லாம் பிடிப்பு

உடலின் வெப்ப நிலை உயர்ந்தது
காலையில் நூற்றியொன்று
நடுப்பகலில் நூற்றியிரண்டு
மாலையில் நூற்றிமூன்று... நூற்றிமூன்று
என்றிப்படி.

கொலைசெய்யப்பட்ட தந்தையின் ஆவி
ராஜகுமாரனிடம் சொன்ன கதையைச் சொல்லிப்
புலம்புகிறது
கரையிலோ நீரிலோ ஆகாயத்திலோ
எதுவோ அழுகுகிறது.

கவிமொழி மனமொழி மறுமொழி

தொட்டால் உணராமல் அழித்தால் கேளாமல்
அசைவின்றிக் கிடக்கும் அதன் தொண்டையில்
ஸ்காலர்ஷிப்புகள்
லோன்கள்
கன்செஷன்களைச் செலுத்திக்கொண்டிருந்தார்கள்
அது கண்திறக்கவோ உதடசைக்கவோ முனகவோ
இல்லை

கேள்விகள் எல்லாம் நழுவிப்போயின
அமைச்சர்கள் துணைவேந்தர்கள் எம்.பி.க்களின் ரத்தம்
அதன் தமனிகளில் சொட்டுச் சொட்டாகக்
கலந்துகொண்டிருந்தது
ஆனால் ரத்தத்தின் கலப்பே பிழையாக இருந்தது

இறுதி முயற்சியாக
முகமூடியணிந்த பளபளக்கும் கூர் ஆயுதங்களை
நுழைத்தபோது
தொண்டைக்குள்ளும் உணவுக்குழாயிலும்
குடல்களிலும் சுவாசப் பைகளிலும்
நோய் பரவியிருந்தது.
முகப்பறைகளிலும் இருப்பறைகளிலும்
கழிப்பறைகளிலும்
எல்லா வழிகளிலும்
அபாயகரமாகப் பரவியிருந்த அதன் நாற்றம்
சொந்த இனத்தினுடையதாக இருந்தது.

பிறவி

கண்மூடினாலும் திறந்தாலும்
ஒன்றாய்த் தெரியும் இருட்டில்
சொன்னதைத் திரும்பச் சொல்கிறது
பெருமழை விடாமல் என் காதில்

மழைபெய்வதை நான் நினையாமலோ
பொழுது இருண்டதென்று தெரியாமலோ
அல்லவே இப்போது நான் புறப்பட்டேன்
அல்லவென்றால் பின் எதற்கு என்பீர்களோ?

முழுக்கச் சொல்லவில்லை என்னிடம்
அத்தனைக்கு ரகசியம் அந்தக் காரியம்

ஓயும்வரைக்கும் காத்திருக்கவோ
விடியும்வரைக்கும் பொறுத்திருக்கவோ
முடியாததுதான் அந்தக் காரியம்

கூவியழைத்தேன் நான்; என் குரல்
கூட்டில்லாமல் திரும்புகிறது
வாரி வீசிய இருட்டெல்லாம்
குன்றைப்போல உயர்கிறது

புள்ளி நிறைந்த ஆகாயம் என்னுடன்
நான்கு கால்கள்மேல் நகர்கிறது.

காட்டுத் தீ எரிவதுபோல் ஒன்றை நான்
கண்மூடியபோதும் பார்க்கின்றேன்
கடல் ஏறுவதுபோல் ஒன்று என்
கால்கள்மீது இடறுகிறது
கொடுங்காற்று அலைவதுபோல் ஒன்று
காதுகள் இரண்டிலும் முரல்கிறது.

பூமிக்குப் பேற்று நோவெடுக்கிறது
தீயல்ல காற்றல்ல கடல் அல்ல

யாதவர் குலத்திலோ
யூதர் குலத்திலோ
பூமியின் மழலை பிறக்கிறது

எங்கே என்று தெரியாமல்
எந்த வழி என்று விளங்காமல்
முன்னோக்கிச் செல்லவும் முடியாமல்
பின்னோக்கி விலகவும் கூடாமல்

கிளைகளால் நான் துழாவுகிறேன்
வேர்களால் நான் தேடுகிறேன்.

இருப்பு

ஒரே இருப்பில் நான் பல வேலைகளைச் செய்கிறேன்
பொடிக்கவும் அரைக்கவும் கலக்கவும் செய்யும்
ஒரு பல் திறன் எந்திரம்போல

ஒரே நாக்கால் நான் பல மொழிகளைப் பேசுகிறேன்
உறைப்பும் இனிப்பும் புளிப்பும் மாற்றிமாற்றிப் பரிமாறும்
ஒரு ஹோட்டல் தட்டுப்போல

வந்தவர் இருப்பவர் செல்பவர்களுக்கும் மேலே
ஒரே வேகத்திலான விசிறிச்சுழற்சிபோல
ஒரே மாத்திரையில் ஒளிரும் வெளிச்சம்போல
நான் சதா ஆயத்தனாக இருக்கிறேன்

என்னுடைய இருப்பும் நோட்டமும் முத்திரையும்
ஒரு கதகளிப் பாத்திரத்துக்கு ஒப்பானது

பாத்திரத்துடன் உருவம் மாறும்
நீரோ மணமோ ருசியோ இல்லாத
பரிசுத்தமாகிறேன் நான்.

'மோக்ஷமு[1]...'

காவேரி ஓடுகிறது
ஓலைவேய்ந்த மண்குடில்கள்
ஆளற்ற படித்துறைகள்
தனித்திருக்கும் மரங்கள்
கரையை ஒட்டியணைத்துக்
காவேரி ஓடுகிறது

---

1. தியாகராஜரின் சாரமதி ராகக் கிருதியின் முதற் சொல்

திருச்சியில்
தஞ்சாவூரில்
கும்பகோணத்தில்
ராஜகோபுரங்களையும்
கல் மண்டபங்களையும்
சத்திரங்களையும் தாண்டி
சோழனுக்குச் சுருதியாகக்
காவேரி புரண்டோடுகிறது
ஊர்களுக்கெல்லாம்
ஐந்து கைகளால்
மதுரப் பொங்கல் சமைக்கிறது

மறைந்த நூற்றாண்டின் மார்பில்
இந்த ஆற்றங்கரையில்
ராம தாரகமந்திரம் உச்சரித்து
ஸ்ரீ தியாகராஜர் மறைகிறார்
இந்தத் திருவையாற்றின்
பொடிமணல் பரப்பில் இந்த மரங்களில்
இந்தப் பனிமூட்டத்தில் இந்த மௌன சுருதியில்
அது உறைகிறது.

சங்கதி போடுகிறது காலம்
தைமாதக் குளிரின் பல்லவி
பிறப்பு இறப்பின் ஓட்டத்தின் தெளிவுடன்
சோகமும் கருணையும் வாய்ந்த
'தோடி'யாகக் காவேரி ஓடுகிறது
ரங்கசாயியின் பாதாரவிந்தங்களைக்
'காம்போஜி' கழுவுகிறது
'பஞ்சரத்தின'ங்களை விளைக்கிறது

காவேரி தொடர்கிறது
திருச்சியில் தஞ்சாவூரில் கும்பகோணத்தில்
தென்னாப்பிரிக்காவில் இலங்கையில்
காவேரி அலைகிறது.

பாரம்பரியம்

தாத்தாவுக்கு விருப்பம்
வரிகளும் குறிகளும் நிறைந்த
பிரிட்டிஷ் கொடி
அவர் கிராம அதிகாரியாக இருந்தார்

அப்பாவின் கையில்
மூவர்ணக் கொடி
சுதந்திரப் போராட்ட வீரராக இருந்தார்

நான் பிடித்தது செங்கொடி

என் பேரன் கைகளில்
ஐம்பது நட்சத்திரங்களுள்ள
அமெரிக்க ஐக்கிய நாட்டுக் கொடி.

மறு விளி

நீங்கள் சொல்லிக்கொண்டிருப்பதை
நான் கேட்கிறேன்
சொல்ல இருப்பவை
எனக்குள்ளே எதிரொலிக்கின்றன
நமக்கு ஒரே உயிர்கள், மெய்கள்,
ஒரே மௌனம்.

ஊர் முற்றங்களில்
பொங்கல் விழாக்களில்
கோலமிடுவதற்காக
நமது விரல்கள்
ஒன்றாக மடங்கி நிமிர்கின்றன.

ஒரே கடலின்
இரு விளிம்புகளிலும்
நாம் பலியிட்டோம்
மழித்துக்கொண்டோம்
நாம் காண்பது
ஒரே ஆழம்.

இக்கரையில் ஓர் ஊர்
ஒரு பாட்டி
ஒரு கடவுள்
உங்களுக்காகக் காத்திருக்கின்றன
உங்கள் பெயர்கள்
எனக்கு அறிமுகமானவை
இடங்கள் அறிமுகமானவை
ரீகல் சினிமா
வீரேசலிங்கம் வாசக சாலை
பேருந்து நிலையம்
எல்லாம் எனது
கண்டறியாக் காட்சிகள்

தபால் கந்தோர் சாலையில்
நீ நடந்து போகும்போது
பாதையில் ஒரு குழிவு
ரத்தமாக மாறுகிறது
ஒரு குழிவு ரத்தம்
உள்ளங்கைபோலப் பரந்து
என்னிடம் பதறுகிறது
என்னிடம் சீறுகிறது
என்னைப் பிடிக்க வருகிறது
கடலில் இறங்கி
கரையில் ஏறி
என் பின்னே வருகிறது
அதனிடம் நான் சொல்கிறேன்
இறைஞ்சுகிறேன் கெஞ்சுகிறேன்
நான் துப்பாக்கிவிசையோ குண்டோ அல்ல
வானரமோ வால்மீகியோ அல்ல
முழுவழுக்கையான
முன்பற்கள் விழுந்த
அரைவேட்டி மட்டுமணிந்த
குண்டுதுளைத்த
ஒரு கேள்விக் குறி மட்டுமே.

இளமை

நான் திண்ணையில் உட்கார்ந்திருந்தேன்
மின்சாரம் தடைப்பட்டிருக்கிறது
திக்கெல்லாம் கூர் இருள்
காட்சிப்பெட்டிகளும் ஒலிபெருக்கிகளும்
ஊமைகள் ஆயின

அமைதியைக் கீறும்
சுவர்க்கோழிகளின் பழைய பாட்டு

காதிலும் கண்ணிலும் உடலிலும்
இருட்டு உரசுகிறது

அப்புறம் அப்புறம் கட்புலத்தில்
மரங்கள் கிளைகள் இலைகள்
தெளிவுற்று வருகின்றன
வெட்டுவழியும் பள்ளிக்கூடமும்
தெளிவுற்று வருகின்றன
நீண்ட இலைக் கண்களும் பின்னல் சடையும்
அழுந்திய நடையும்.
அவள் என்னுடன் படித்தவள்
கோடை விடுமுறை முடிந்தும் திரும்பவில்லை
காய்ச்சல் முற்றி இறந்துபோனாள்

இறந்தவர்கள் திரும்பவும் வந்துகொண்டிருந்தார்கள்
கட்டுரை வாசித்துவிட்டுப் போய்
ரயிலுக்குத் தலைகொடுத்த கூட்டாளி
ஆற்றோடுபோன சக ஊழியன்
தீயில் பொசுங்கிய முன்னாள் மாணவி
இதயம் நின்றுபோன சிற்றன்னை
வேலைக்கு நின்ற சிறுமி

எனக்கும் சக பணியாளர்களுக்கும்
அயல்வாசிகளுக்கும் உறவினர்களுக்கும்
நரையும் முதுமையும் இருமலும் வறட்சியும்
பாதித்தன; எனினும்
இறந்தவர்கள் எல்லாரும் மாற்றமில்லாதவர்கள்

கோயில் தூண்களில்
கி.பி. ஒன்பதாம் நூற்றாண்டு
அழகியின் சிரிப்பு
இன்னும் மறையாமல்.

வெளிச்சம் வந்தது
ஓசை வந்தது
காணவும் கேட்கவும் முடிந்தது
காலம் நகரத் தொடங்கியது.

தமிழில்: **சுகுமாரன்**

காலச்சுவடு 237, செப்டம்பர் 2019

•

நினைவில் எழுந்த சொற்கள்

சேரன்

தமிழ்க் கவிதைகளைத் தெரிந்தெடுத்து மலையாளத்தில் மொழிபெயர்க்கும் பணியில் ஆற்றூர் ரவிவர்மா ஈடுபட்டிருந்தபோதுதான் அவர் பற்றிய விவரங்களையும் அவரது கவி ஆளுமை பற்றியும் சு.ரா. என்னிடம் சொன்னார். அப்போது எனக்கு மலையாளம் வாசிக்கத் தெரியாது. ஆங்கில மொழிபெயர்ப்பில் கிடைத்த ஓரிரு கவிதைகளைத் தேடி வாசித்தேன். 2003இல்அவருடைய 'புதுநானூறு: தமிழ்க்கவிதைகளின் மொழிமாற்றம்' நூல் வெளியாகியது. அந்தத் தொகுப்பில் ஈழக் கவிஞர்கள் மஹாகவி, நுஃமான், சு. வில்வ ரத்தினம், வ.ஐ.ச. ஜெயபாலன், சோலைக் கிளி, ஊர்வசி, கி.பி. அரவிந்தன், செல்வம் அருளானந்தம், நா. சபேசன், சங்கரி எனும் புனைபெயரில் எழுதிவந்த சித்திரலேகா மௌனகுரு, நட்சத்திரன் செவ்விந்தியன், கனடாவின் மொன்றியால் நகரத்தில் அப்போது வாழ்ந்துவந்த கௌரி ஆகியோரின்

கவிதைகளைத் தெரிந்தெடுத்து மொழிமாற்றம் செய்திருந்தார். என்னுடைய கவிதைகளிலும் அவருக்குப் பிடித்தமான கவிதைகளுள் ஒன்றான 'காற்றில் எழுதுதல்' உட்பட வேறும் பல கவிதைகளைச் சேர்த்திருந்தார்.

காலம்சென்ற எம்.எஸ் ஆற்றூர் மொழிபெயர்த்த என்னுடைய கவிதைகளில் இரண்டை (காற்றில் எழுதுதலும் அதில் ஒன்று என்பது சொல்லாமல் தெரிவது!) தமிழ் எழுத்துக்களில் எழுதித் தந்தார். அவற்றை வாசித்தபோது ஆற்றூரின் மொழியாக்கம் தமிழோடு எவ்வளவு நெருக்கமாக இருக்கிறது என உணர்ந்ததில் ஆச்சரியமும் மகிழ்வும் ஒருங்கே ஏற்பட்டது. தமிழ்மொழிக்கு மிகவும் நெருக்கமானவராக அதன் ஆழத்தையும் அழகையும் உணர்ந்தவராக அவர் இருந்தார். அதனை நேரிலேயே கேட்டுவிடுவோம் என்று திட்டமிட்டேன். எனினும் இந்த ஆண்டு பெப்ரவரி மாதம்வரை அவரை நேரில் சந்திக்கும் வாய்ப்பு கிடைக்கவில்லை.

மலையாளக் கவிஞரும் நண்பருமான அன்வர் அலி, ஆற்றூர் பற்றி ஆவணப்படம் ஒன்றைத் தயாரிக்கும் பணிகளில் இறங்கியபோது அந்தப் படத்துக்கு 'மறுவிளி' என்று பெயரிடப்போவதாகச் சொன்னார். ஈழ இனப்படுகொலை தொடர்பாகத் தாக்கமும் உணர்வுத் தோழமையும் வலியும் மிக்க கவிதைகளைச் சிவரெட்டி (தெலுங்கு), எச்.எஸ். சிவப்பிரகாஷ் (கன்னடம்), கே.சச்சிதானந்தன், கே.ஜி. சங்கரபிள்ளை (மலையாளம்) போன்ற பலர் எழுதியிருக்கிறார்கள். இந்தக் கவிதைகள் எல்லாவற்றுக்கும் காலத்தால் முந்தியதும் பல தளங்களில், "நவில்தொறும், நவில்தொறும்" நம்மைச் சோகத்திலும் அதிர்ச்சியிலும் பிழிந்தெடுப்பதுமான கவிதை ஆற்றூரின் 'மறுவிளி'. (இதனைக் கவி சுகுமாரன் தமிழாக்கியிருக்கிறார். அது காலச்சுவடு இதழில் பிரசுரமாகியுள்ளது).

இந்தக் கவிதையைத் தமிழில் நானும் மலையாளத்தில் கவி சுகுமாரனும் ஆற்றூர் பற்றிய தனது திரைப்படத்துக்காக

நிகழ்த்த வேண்டுமென அன்வர் அலி விரும்பினார். அவர் விருப்பின்படி ஸ்கைப் தொழில்நுட்ப உதவியுடன் ஒரே நேரத்தில் நானும் சுகுமாரனும் அதனை நிகழ்த்தினோம். அக்காலகட்டத்தில்தான் பலமுறை ஆற்றூருடன் தொலைபேசியில் உரையாட வாய்ப்பு கிடைத்தது.

"*Come soon, Come soon!*" என்றுதான் அடிக்கடி சொல்வார். எனினும் அவர் விருப்புக்கிணங்க உடனடியாக அவரைச் சந்திக்கும் வாய்ப்பு கிட்டவில்லை.

"காற்றில் எழுதுதல் கவிதையை யாருக்காக எழுதினீர்கள்" என ஒருமுறை தொலைபேசியில் கேட்டார். கூடவே, 'அந்தரங்கம் புனிதமானது' என்பது கவிஞர்களுக்குத் தேவையற்றது என்பதால் எனக்குச் சொல்லுங்கோ" எனச் சிரிப்புடன் கேட்டார்.

"ஓம், கட்டாயம். ஆனால் நேரில் சந்திக்கும்போது எல்லா விவரமும் சொல்கிறேன்" எனச் சொன்னேன்.

திருப்பியும், "*Come soon! Come soon!*" என்றார்.

இந்த ஆண்டு அவரைச் சந்தித்தபோது அவருடைய நினைவுகள் பெருமளவுக்கு அழிந்துவிட்டன. என்னுடைய பெயரைக் கவிஞர் ஓ.பி. சுரேஷும் அனிதா தம்பியும் திருப்பித் திருப்பிச் சொன்னபோது ஒரு கணம் மிகுந்த களிப்புடன் நாற்காலியிலிருந்து எழும்ப முயன்றார்; முடியவில்லை.

நானும் சுரேஷும் அனிதாவும் அவருடன் இருந்த ஒன்றரை மணி நேரங்களில் அவருக்கு நினைவு வந்து வந்து மறைந்தது. ஒரே கேள்வியைப் பத்து நிமிட இடைவெளியில் திருப்பியும் கேட்டார். பத்து ஆண்டுகளுக்கு முன்பாக ஆற்றூரைச் சந்திக்க முடியாமல்போன என் இயலாமை பற்றிய பெருங்கவலை சூழ அவரிடம் விடைபெற்றோம். இறுகப் பற்றிய கைகளை மட்டும் விட அவருக்கு மனம் வரவில்லை. இனி அவரைச் சந்திக்க வாய்ப்பில்லை என்று ஆழ்மனம் சொன்னது. வாசலை நோக்கி

நடந்தபோது சாந்தமும் கண்ணியமும் ஒளிரும் முகத்தில் கண்ணீர்த்துளியுடன் நின்ற அவருடைய துணையை மறுபடி பார்த்தோம்.

அவர் மலையாளத்தில் எழுதிய கவிதைகளைவிடத் தமிழிலிருந்து மலையாளத்துக்கு மொழிபெயர்த்த கவிதைகளே மிகமிக அதிகம் என்பதைத் தமிழ்ச் சமூகம் இன்னும் அறியாது. 'பச்ச மலையாளம்' விரும்பிய மென்கவிஞனுக்கு அஞ்சலி.

காலச்சுவடு 237, செப்டம்பர் 2019

உண்மை சார்ந்த உரையாடல்

நீங்கள் மௌனத்தை விரும்புகிறீர்கள். ஏன்?

எனக்கு மௌனம் பிடிக்கும். அதிகாலையிலோ மாலையிலோ வெளியே நடக்கப்போவேன். நான் மட்டும். நான் மட்டுமல்ல, என்னுடன் வார்த்தைகளும். என் மௌனத்திலிருந்துதான் கவிதை பிறக்கிறது. இமயமலையின் மௌனத்தில் இருந்து பிறக்கிறது வியாசனின் குகை. இசையைச் சுற்றியும் மௌனம். மக்கள் கூட்டத்தின் நடுவிலும் நான் மௌனம் பயில்கிறேன். அதனால்தான் நீங்கள் எண்ணுவதுபோல் மௌனமாக இருக்கிறேன்.

உங்கள் இளமைக்காலத்தைப் பற்றிச் சொல்லுங்கள்?

மலைச்சரிவில் இருக்கிறது என்னுடைய கிராமம். என்னைச் சுற்றித் திருவிழாக்கள், கொடைகள், ஆனையோட்டம், புலி, யட்சிகள், இருள், இடைவிடாத மழை, நள்ளிரவுவரை அறுவடை, போரடித்தல். அப்புறம் ஆங்கிலமும் பிரம்பும்...

எனது குடும்பம் சொல்லும்படியான கலை இலக்கியப் பாரம்பரியம் கொண்டதல்ல; பூஜ்யம் என்றும் சொல்ல முடியாது. என் இளமைக்காலத்தில் ஆற்றூர் கிருஷ்ண பிஷாரடியைப் பார்த்த நினைவு இருக்கிறது. அவர் சிறந்த தர்க்க சாஸ்திர பண்டிதர். என் தாத்தாவுடன் படித்தவர். வேடிக்கையாகப் பேசுவார். சாகுந்தலம், ஆசான், வள்ளத்தோள் பற்றியெல்லாம் அவர்கள் பேசிக்கொள்வது என் காதில் விழும். அந்தக்காலத்தில் வெளிவந்த முக்கிய பத்திரிகைகளும் புத்தகங்களும் என் வீட்டில் இருந்தன. என் தந்தை சிற்பக்கலை, இசைக்கருவி, மிருதங்கம் பயின்றவர். இவையெல்லாம் நானறியாமலே என்னைப் பாதித்துள்ளன.

நான் உயர்நிலைப் பள்ளியில் படிக்கும்போது கம்யூனிஸ்ட் இயக்கம் எங்கள் கிராமத்தை எட்டியிருந்தது. எம்.என்.ராயின் கொள்கைகளில் நம்பிக்கைகொண்ட ஒருவர் இருந்தார். கம்யூனிசம் பெரியவர்கள் வழியாக என் வயதையொத்தவர்களையும் பாதித்தது. எங்கள் போக்கு நிலப்பிரபுத்துவச் சிந்தனையைச் சார்ந்ததாக இருந்தது. குரூரமும் குருட்டுத்தனமும் கொண்டிருந்தது. பலாத்காரம், வெளியேற்றம், தீண்டாமை, மந்திரவாதம் போன்றவை அதன் வழிமுறைகள். ஒரு புதிய கொள்கையும் மொழியும் எங்களை அழைப்பதுபோல் உணர்ந்தோம். நாங்கள், இளைஞர்கள் ஒரு தனியான குடும்பம் ஆனோம். ஜாதி, பதவி, பணம், இவற்றை மதிக்காத, வீட்டுக்கு வெளியே மற்றொரு குடும்பம்.

போகப்போக எங்கள் தூக்கம்கூட மாறுபட்டுவிட்டது. எங்கள் திகில் கனவு பளபளக்கும் துப்பாக்கிமுனைகளின் வரிசைகொண்ட போலீஸ் அறையே. மன உறுதியுடன் இருந்தோம். தனி மனித உணர்ச்சிக்கோ அன்புக்கோ இடம் இருக்கவில்லை. வர்க்கம் மட்டுமே உண்மை. அமைப்பு ஒழிய வேண்டும். கொல்லலாம். ஆனால் கொலை செய்ய சந்தர்ப்பம்தான் அமையவில்லை. சாவதற்கும்.

எனது பூர்வ கதை இது. இருந்தாலும் மறக்க முடியவில்லை. அப்போதெல்லாம் கவிஞன் ஆகவேண்டும் என்ற ஆசை கிடையாது. ஏதாவது சாதிக்க வேண்டும். அதில் ஒன்றுதான் கவிதை.

உங்கள் ஆரம்பகால வாசிப்புப் பற்றி?

கையில் கிடைத்ததைப் படிப்பேன். அந்தக் காலத்தில் பெரிய நூலகங்கள் எதுவும் ஊரில் இல்லை. நல்ல வாசகர்களும் இல்லை. இடப்பள்ளி ராகவன் பிள்ளை, சங்கம்புழ கிருஷ்ணபிள்ளை, தாகூர், வங்க, இந்தி மொழிபெயர்ப்புகள், சில வள்ளத்தோள் கவிதைகள் இவைதான் முதலில் படித்தவை. அவ்வப்போது பத்திரிகை களில் வருவதையும் பார்ப்பேன்.

பிறகு எனக்கு ஒரு மன நெருக்கடி ஏற்பட்டது. கம்யூனிஸ்ட் கட்சி ஆசான்கள் சிலவற்றைப் படிக்கச் சொல்வார்கள்; சிலவற்றைக் கூடாது என்பார்கள். ஒரு புதிய கருத்து மனத்தின் ஒருபகுதியில் ஒளியைத் தந்த அதே வேளையில் மற்றொரு பகுதியில் இருளைப் பரப்பிற்று. மறுபக்கத்தைப் பார்க்கக்கூடாது. பார்த்தால் வசையும் கேலியும்தான். ஆக எனக்கு காந்திய இலக்கியம், செவ்விலக்கியங்கள், பக்தி இலக்கியங்கள் ஆகிய வற்றைப் படிக்க முடியாமல் போயிற்று. எனது பாட்டி ஸ்ரீகிருஷ்ணனைப் பற்றி ஒரு கவிதை எழுதச் சொன்னாள். அதைப் புறக்கணித்த வருத்தம் இன்றும் இருக்கிறது. அதே சமயம் ரஷ்ய இலக்கியங்கள், மார்க்சியத் தத்துவங்கள், உலக விவகாரங்கள் இவற்றையெல்லாம் விலாவாரியாகப் படித்தேன் – அந்த நாட்களில் எந்த மாணவனும் படிக்காத அளவில்.

வேறு என்னென்ன பாதிப்புகள்?

ஒரே வார்த்தையில் கூறிவிடமுடியாது. படிப்பு முடிந்ததும் கவிஞர் ஓ.எம். அனுஜனின் தூண்டுதலால்

சென்னைக்குப் போனேன். சென்னை எனக்கு அற்புத உலகமாகக் காட்சி அளித்தது. பெரிய நூலகங்கள், மியூஸியம், கேரளத்தில் தெரிய வராத நவீன கலைச் சிந்தனைகள், நவீன ஓவியக் கலை, நவீன சினிமா, நவீனக் கவிதை, எம். கோவிந்தனுடன் நீண்ட உரையாடல்கள், ஆராய்ச்சியாளரான கங்காதரனுடன் தினசரிப் பேச்சுகள் ...

கிராமப்புறத்தின் தனிமையும், கோழிக்கோட்டு அரசியலும், திருவனந்தபுரத்து மணிப்பிரவாளமும் உதிர்ந்தன. கவிஞரும் ரசிகரும் அறிஞருமான எனது ஆசிரியர் ஆர். ராமசந்திரன் எனது குறைகளை மறந்து என்னைத் தொடர்ந்து உற்சாகப்படுத்திக்கொண்டிருந்தார்.

ஓர் ஆசிரியரால் சிறந்த எழுத்தாளராக முடியுமா?

ஆசிரியத் தொழில் படைப்பாக்கத்திற்குத் துணைநிற்காத ஒரு வேலை. தொகுத்துக் கூறலும் விளக்கம் தருதலும்தான் அது. ஆசிரியரின் கௌரவமும் ஒழுங்குமுறையும் தோரணையும், எல்லாம் தெரிந்த பாவனையும் படைப்பாளியின் சுதந்திரப் போக்குக்கு ஒத்துப்போவதில்லை.

இமயமலைக்குப் போயிருக்கிறீர்கள். பக்தி காரணமாகவா?

தென்னிந்தியாவின் முக்கிய கோவில்களுக்கெல்லாம் சிரமம் பாராது சென்றிருக்கிறேன். எனக்குப் பக்தி என்று ஒன்றுமில்லை. வளரும் பருவ கம்யூனிஸம் என் பக்தியை அழித்திருக்கலாம். அது ஒரு இழப்போ என்ற சந்தேகம் தோன்றுவதுண்டு. என் தலைமுறையைச் சேர்ந்த பலருக்கும் இதுபோன்ற ஒரு சூன்ய உணர்வு இருக்கிறது. என் தன்முனைப்பை அழிப்பவை மகத்தான இயற்கைக் காட்சிகள். கேள்விகள். 'நான்' இல்லாமல் ஆவதுதான் பக்தி என்றால் அது எனக்கு உண்டு. நான் வாழ்வது தர்க்கம் சார்ந்ததல்ல, தர்க்கமின்மை சார்ந்ததுதான்.

கவிமொழி மனமொழி மறுமொழி ❀ 45 ❀

'நல்ல பழைமையை விடவும் மோசமான புதுமைதான் எனக்கு விருப்பம்' என்று ஓரிடத்தில் குறிப்பிட்டுள்ளீர்கள், ஏன்?

மிக ஒழுங்காக, தெளிவாக முழுமைப்படுத்திக் கூறும்போது அதனைக் கேட்போர் சுலபமாக ஏற்றுக் கொள்வார்கள். அதற்குக் காரணம் அது அவர்களுடைய எதிர்பார்ப்புகளை, முன்முடிவுகளைப் பூர்த்திசெய்து திருப்திப்படுத்துகிறது என்பதால்தான். ஆனால் கவிதையில் எதிர்பார்க்காதவைதான் வரவேண்டும். அதுதான் வலுவையும் ஒளியையும் பயனையும் தருகிறது. மீண்டும் மீண்டும் கூறி அழுத்தம்பெற்றுவிட்டவை அல்ல. முதன்முறையாக வெளிப்படும் சொற்கள்தான் கவிதையை உயிர்த்துடிப்புக் கொள்ளச் செய்கின்றன. முதன்முறையாகக் கூறும்போது அழகுற அமையாமலோ, யாப்புக்கு இசையாமலோ போய்விடலாம். புதிதாக ஒன்றைக் கூறுவதிலுள்ள சங்கடங்கள், முட்கள், துவர்ப்புகள் இவையெல்லாம் அதன் வலிவின் பகுதியாக நிலைபெறும். நம் எதிர்பார்ப்புக்கு இசையவரும் படைப்புகளோ செவியைத் தாண்டி நாவைத் தாண்டி உள்ளே போகாமல் நின்றுவிடுகின்றன. இந்தப் பொருளில்தான் பூர்ணமாக தன்னை மூடிக்கொண்டிருக்கும் ஒரு பழைமையைவிட அபூர்ணமான புதுமைதான் எனக்கு விருப்பம் என்று சொன்னேன்.

உங்கள் முதல் கவிதை?

ஆறாம் வகுப்பில் படிக்கும்போது என் முதல் கவிதையை எழுதினேன். அது கவிதை என்ற எண்ணம் இருக்கவில்லை. ஏன் எழுதினேன் என்றும் தெரியவில்லை. யாப்பு மட்டும் இருந்தது.

உங்கள் முதல் கவிதை எப்போது வெளிவந்தது?

கள்ளிக்கோட்டை சாமூதிரி கல்லூரியில் இன்டர்மீடியட் படிக்கும்போது என் முதல் கவிதை கோமு குட்டி மௌல்வி என்பவரின் 'யுவசக்தி' என்ற தேசிய

முஸ்லிம் பத்திரிகையில் வெளிவந்தது. கோருப் பணிக்கர் என்ற என் மலையாள ஆசிரியர்தான் அந்தப் பத்திரிகைக்கு ஆசிரியர். அவர்தான் கவிதையை வாங்கிப் பிரசுரித்தார். 'புரோகதி' (முன்னேற்றம்) என்ற கம்யூனிச இலக்கியப் பத்திரிகையின் ஆசிரியர் வி.டி. இந்துசூடன் 'பஞ்ச வாத்யம்' என்ற என் கவிதையைக் கேட்டு வாங்கி முக்கியத்துவம் தந்து பிரசுரித்து எனக்கு மிகுந்த உற்சாகத்தைத் தந்தது.

கவிதை உருவாகும் நேரத்தில் பிறருடன் விவாதிப்பீர்களா?

மாட்டேன். எழுதும்போதோ, அதற்கு முன்போ பின்போகூட, யாரிடமும் சொல்வதில்லை. எனக்குள்ளேயே விவாதித்துக்கொள்வேன். சில சமயங்களில் மிகவும் நெருக்கமானவர்களிடம் மட்டும் படித்துக்காட்டியிருப்பேன்.

கவிதையின் தலைப்புப் பற்றி?

தொடங்கும்போது பெயர் வைப்பதில்லை. நடுவில் தோன்றும். மீண்டும் அது மாறலாம். என் கவிதை ஒன்றுக்கு எம். கோவிந்தன்தான் பெயரிட்டார், 'அவன் நானல்லவா?' என்று.

வாசகன் – கவிஞன் இருவருக்குமான தொடர்பு பற்றி என்ன சொல்வீர்கள்?

எழுதும்போது நான் வாசகனைப் பற்றி அதிகம் சிந்திப்பதில்லை. நான்தான் என் வாசகன். எனக்குப் புரிந்துவிட்டால் அவனுக்கும் புரிந்துவிடும். ஆனால் எனக்குச் சட்டென்று புரிந்துவிடாது. அதற்கான சிரமம் எடுத்துக்கொள்வேன். எல்லாவற்றையும் விளக்குவது கவிதையின் நோக்கமல்ல என்றும், விளக்காமல் இருப்பதுதான் இயல்பு என்றும் கேள்விப்பட்டிருக்கிறேன். நீடித்த பரிச்சயம் இல்லாதவர்கள் எந்தக் கலையையும் அனுபவிப்பது சற்றுக் கடினமானது. பழக்கமில்லாவிட்டால் இசையை ரசிக்க முடியுமா? நெருங்கிய நண்பரிடம் கூறும் ரகசியம் போன்றது என் எழுத்து. அவர்கள் என் அருகில்

இருக்க வேண்டும் என்பதுகூட இல்லை. எல்லாருக்குமே என் கவிதை புரியவேண்டும் என்ற ஆசையும் எனக்கு இல்லை. வருங்காலத்தில் கொஞ்சம்பேர் படித்தால்கூடப் போதும் – அதுகூட நிச்சயம் இல்லை என்றாலும்.

ஆத்ம திருப்திதான் படைப்பின் குறிக்கோள் என்று ஒரு நம்பிக்கை இருக்கிறதே . . .

ஆத்ம திருப்தி போன்ற பல வார்த்தைகளைத் தவறான விளக்கம் தந்து சீரழித்துவிட்டோம். ஆத்மாவின் அதிருப்தியில் இருந்துதானே எழுத்தே பிறக்கிறது! அப்போது திருப்தி கிடைக்கவேண்டாமா? திருப்தி ஏற்படாததால்தான் மீண்டும் எழுதுகிறோம். என் மன முடிச்சுகள் என் கவிதையின் வழியாகத்தான் அவிழ்கின்றன. கவிதை ஒரு கருவி மட்டுமே என்று பழைமைவாதிகளே இன்று கூறுவார்கள். இந்த சித்தாந்தங்களையெல்லாம் தாண்டி நின்றுதான் நான் கவிதையின் சுருதியைக் கேட்கத் தொடங்குகிறேன்.

கவிதை படைப்புப் பற்றி?

மனத்தில் துடித்துக்கொண்டிருக்கும் பீதி, குற்ற உணர்வு, அருவருப்பு, கசப்பு போன்றவற்றை வார்த்தைகளால் வெளியே தள்ளுவது. இதுபோன்ற ஒரு செயல்தான் எனக்கு எழுத்து. இதன் மூலம் மனப்பளுவை இறக்கி வைப்பதுபோல் உணர்கிறேன்.

கவிதையின் பின் நிற்கும் மனோபாவங்கள் என்னென்ன?

எல்லாவிதமான மனோபாவங்களுக்கும் என் கவிதையில் இடமில்லை. பெரும்பாலும் எதிர்ப்பின் இருண்ட மனோபாவங்களே வருகின்றன. வாழ்க்கையில் நிறைய சந்தோஷங்கள் இருக்கின்றன. ஆனால் எழுத ஆரம்பித்தவுடன் அவற்றின் முரண்பாடுகள் வந்து கோலங்களை அழித்துவிடுகின்றன.

கவிதையின் எதிர்காலம் குறித்து?

மனிதனுக்கு எதிர்காலம் இருக்குமென்றால் கவிதைக்கும் உண்டு. ஒரு கணக்கின்படி, நெருக்கடி மிகுந்த அமெரிக்காவில் தொண்ணூறுகளில் 95 இளங்கவிஞர்கள் மாறுபட்ட நல்ல கவிதைகளை எழுதுகிறார்கள். பாரம்பரியம் மிகுந்த நமது நாட்டில் இதுபற்றிக் கவலைப்பட வேண்டியதில்லை.

கேசட் கவிதைகள் கேட்பதுண்டா?

கேசட் கவிதைகள் நான் கேட்பதில்லை. கர்நாடக, இந்துஸ்தானி சங்கீத கேசட்கள் நிறைய என்னிடம் இருக்கின்றன. கவிதையைக் கவிதையாகவும் இசையை இசையாகவும் நான் கேட்க விரும்புகிறேன். சிறந்த சங்கீத மரபு கொண்ட தமிழில் பாரதிக்குப்பின் கவிதையை யாருமே பாடுவதில்லை; மற்ற மொழிகளிலும் அவ்வாறுதான்.

மலையாளத்தில் கவிதைக்கு இப்போது நல்ல காலம். கே.ஜி. சங்கரப் பிள்ளையின் 'துதிக்கிறாய் என்றால் இப்படி' என்ற கவிதையின் கடைசி அடியை மலையாளக் கவிதைகளிலேயே ஆத்மீகமான வரிகளில் சேர்க்கலாம். சச்சிதானந்தனின் 'மீரா பாடுகிறாள்' என்ற கவிதை நதியின் சிற்றலைகள்போல இருக்கின்றன. பாலச்சந்திரன் சுள்ளிக்காடின் 'தந்தை மொழி', டி. வினயசந்திரனின் 'வீட்டிற்கான வழி' போன்ற கவிதைகளில் எத்தனை தொனிகள்! பி.பி. ராமசந்திரன் மிகச் சுருக்கமாகச் சொல்பவர்.

புதிய படைப்பாளிகளின் கவிதைகளைக் கவனிப்பதுண்டா?

நிச்சயமாக. நதி தோன்றும் இடத்தில் அழுக்கு இருப்பதில்லை. தூய்மையைக் காப்பாற்றுவதுதான் கடினமானது. இன்று சுற்றிவரத் தூண்டில்கள். ஊடகங்களும் நிறுவனங்களும் பரிசுகளும் கவிஞனின் தனிமையைத் தட்டிப் பறிக்கின்றன. தன் பலம் கொண்ட கவிஞன் தனித்துவத்தைக் காப்பாற்றிக்கொள்வான்.

இன்று யாப்பைவிட தாளத்திற்கு முக்கியத்துவம் அளிக்கப்படு கிறது அல்லவா?

இன்றையக் கவிதைகள் பற்றிய அனுபவம் எனக்கு இல்லை. அதற்கும் எனக்கும் ஒரு தலைமுறை இடைவெளி இருக்கிறது. தாளத்தை ஒருவனால் உணரத்தான் இயலும். கூற முடியாது. அது சுருதிபோல் இயல்பானது. கவிதையில் அகத்தாளமும் புறத்தாளமும் உண்டு. குறிப்பாகக் கவிதையில் அகத்தாளம் முக்கியம். யாப்பில் புறத்தாளமே முக்கியம். கவிஞன் அகத்தாளத்தையே அனுசரிக்கிறான். வார்த்தையிலும் மௌனத்திலும் முத்தாய்ப்பிலும் இடைவெளியிலும் மொழியின் தாளம் இருக்கிறது. மலையாளியின் தாளப் பிரக்ஞை பிறரை விட ஆழமானது. இயற்கையின் தாளம் செண்டை வாத்தியத்தில் இருக்கிறது. படைப்பில் இவையெல்லாம் சுயமாக வருவது; கணக்குப் பார்த்து அல்ல.

உங்கள் கவிதைகளைப் பற்றிய விமர்சனத்தைக் கவனிப்பதுண்டா?

என் கவிதை உட்பட, பொதுவாகக் கவிதை மீதான விமர்சனங்களைக் கவனிப்பதில்லை. ஆனால் தனித்து நிற்கும் சில விமர்சனங்களையும், இளைஞர்களின் குறிப்புகளையும் கவனமாகப் பார்த்துவருகிறேன். தொழில் விமர்சகர்களின் கோணல், அவர்கள் நேரில் சொல்வது ஒன்றாகவும் எழுத்தில் சொல்வது மற்றொன்றாக வும் இருக்கும். மேற்கத்திய விமர்சனத்தின் புதுப்புதுக் கிளைகளுக்கு மாறிமாறித் தாவுகிறார்கள் சிலர். அவர்களது மொழி உள்ளத்தையோ தலையையோ நாவையோ சார்ந்ததல்ல – அதனால் அதை வாசிப்பது கூடச் சிரமமானது.

உங்கள் வெளிப்பாட்டுமுறை சற்று வித்தியாசமாக இருக்கிறதே?

ஒவ்வொரு கவிஞனுக்கும் தனித்தன்மை வாய்ந்த மொழி இருக்கிறது. நான் ஒதுங்கி வாழ்ந்துகொண்டிருப்பதால் என்

கவிதையும் வேறுபட்டிருக்கலாம். பொதுவழியில் நான் அதிகம் நடப்பதில்லை. அனுபவமில்லாத எதையும் நான் சொல்வதில்லை – கருத்தோ நோக்கமோ நிகழ்வோ – எவ்வளவு முக்கியமானதாக இருந்தாலும். என் அந்தரங்கமே என் கவிதை.

வாழ்க்கையின் சூட்சுமமான சலனங்களைக்கூட கவிதையில் எப்படிப் பதிவுசெய்ய முடிகிறது?

நீங்கள் சற்று மிகையாகக் கூறுகிறீர்கள். இது நம் வழக்கம். கதையிலும் சொற்பொழிவிலும் கூறக்கூடிய விஷயங்கள் உள்ளன. கவிதைவழியாக முன் வைக்கப் படுபவையும் உள்ளன. இவ்வாறு கவிதைவழியாக மட்டுமே சொல்லக்கூடியதைத் தேர்வு செய்ய முயல்வேன். அவற்றைச் சுண்டவைத்தோ வற்றவைத்தோ பார்ப்பேன். சில சமயம் காரியம் பலித்துவிடும்.

எழுத்தில் இந்த அளவுக்குச் சொற்சிக்கனம் ஏன்? நேரமின்மையா?

சிக்கனப்படுத்த நேரம் அதிகம் வேண்டும். தொலைவில் இருக்கின்றன என் சொற்கள். ஒரு அள்ளலில் அவை அகப்படுவதில்லை. நடந்துபோய்ச்சேரவும் முடிவதில்லை. எதிர்பாராத நேரத்தில் வந்துவிடுவதுண்டு. சற்றுச் சோம்பலும் மறதியும் எனக்கு இருக்கலாம்.

நாட்டார் கலைகளின் இயல்புகளைக் கவிதையில் பயன்படுத்தி வந்திருக்கிறீர்களே?

சில கவிதைகளில்தான். நாட்டார் பாடல்கள், வடக்கன் பாட்டுகள் இவற்றில் நேராகக் கூறும் பாவனை உண்டு. சொற்களும் வரிகளும் இது மாதிரி – மிக எளிமையாக – மலையாளத்தன்மை கொண்டு இருக்க வேண்டுமென்பது என் விருப்பம். அப்படியே செய்தும் பார்த்தேன். நமது சிக்கலை அந்த அளவுக்கு எளிமையாக மாற்ற கடின முயற்சி தேவைப்படுகிறது. புதுமையிலும் பழைமையின் சாயல் இருக்க வேண்டும்.

கிராமிய வாழ்க்கையின் மீதான உங்கள் பற்று பெரும்பாலான கவிதைகளிலும் காணப்படுகிறதே!

எனக்க கிராமத்துடனான உறவு நெருக்கமானது. விலகலும் கொண்டது. உண்ட உணவு, உறவாடிய காற்று, கேட்ட மேளம் எல்லாம் கிராமத்துடையவை. அப்புறம் கிராமத்தை விட்டு வந்தேன். படித்தது வளர்ந்தது எல்லாம் நகரத்தில். அதனால் விட்டுச்சென்றவனின் நினைவில் நிழலாடும் கிராமமே என்னிடம் இருக்கிறது. பல நேரங்களில் என்னிலிருந்து நானே சலித்தெடுத்த கிராமம். ஒவ்வொரு செடிகொடியின் பெயரையும் சொல்லும் கிராமத்தான் அல்ல நான்.

உங்கள் கவிதைகளில் தாள லயங்களும் சொல்லழுத்தமும் ஒப்பனைகளும் குறைவு என்று கூறப்படுகிறது அல்லவா?

எளிய மொழிக்காகச் சிரமப்படுகிறேன் என்பதால் இருக்கலாம். இயற்கையான மொழியைத்தான் என்னால் ஏற்க முடிகிறது. மலையாளத் தன்மை கொண்ட மொழி. மிகையான மொழியைத் தவிர்த்து மிகையற்ற மொழியையே பயில்கிறேன். நாம் பேசுவதில் பாதி ஆங்கிலம். எழுதுவது மணிப்பிரவாளம். ஊடகங்கள் எல்லாச் சொற்களையும் பொருளற்றதாக அடித்துவிட்டன. மொழியின் வட்டார அழகுகளை அகற்றித் தட்டை மொழியாக்கிவிட்டன. மலையாளத்தில் இயற்கையாக எழுதவேண்டுமென்றால் இப்போது கடின முயற்சி தேவைப்படுகிறது.

நவீனத் தமிழ்க் கவிதைகளுக்கும் மலையாளக் கவிதைகளுக்கு மான ஒற்றுமை வேற்றுமைகள் என்ன?

பாரதியோடு இணைத்துக் கூறப்படுகிற குமாரன் ஆசான், வள்ளத்தோள் போன்றவர்களுக்குப் பின் முக்கியமான கவிஞர்களின் இரண்டு தலைமுறைகள் இங்கு கழிந்துவிட்டன. இவர்கள் எல்லாரும் நிறைய எழுதியவர்களே. இன்றையத் தலைமுறையிலும் நல்ல கவிஞர்கள் இருக்கிறார்கள்.

தமிழில் பாரதிக்குப்பின் இத்தகைய தலைமுறைகள் இருப்பதாக எனக்குத் தெரியவில்லை. அங்கே கவிதை எழுதுகிறவர்கள் அதிகமாகக் கவனிக்கப்பட்டது, கதாசிரியர்கள் என்ற விதத்தில்தான். மலையாளத்தில் இரண்டும் எழுதுவது வழக்கத்தில் இல்லை. அதுதான் இங்கு நிறைய கவிஞர்கள் இருப்பதற்கான காரணம் என்று தோன்றுகிறது. அதனால்தான் கவிதைகளில் பல்வேறு அனுபவங்களும் பல்வேறு உருவங்களும் வந்துள்ளன.

மலையாளக் கவிஞர்கள் மரபை எவ்வாறு எதிர்கொள்கிறார்கள்?

நவீனத்துவம் பற்றி மலையாளக் கவிஞர்களுக்குப் பிரக்ஞை ஏற்பட்டது ஐம்பதுகளில்தான். பார்வையிலும் உருவத்திலும் அதீத கற்பனைப் போக்கை நிராகரிப்பதாக அது இருந்தது. ஓரளவு விருப்பம் சார்ந்த நிராகரிப்பாகவும் இருந்திருக்கலாம். எனினும் நாங்கள் மரபை முற்றாக மறக்கவோ தவிர்க்கவோ இல்லை; எதிர்ப்புத் தெரிவித்தோம்; மறுக்கும் குரலிலேனும் மரபு வெளிப்படத்தான் செய்தது.

சிறுகதை, நாவல் போன்று கவிதை, மரபை மறக்கவில்லை. நல்ல கவிஞர்கள் மரபைப் பயன்படுத்தவே செய்தனர். கக்காடு, விஷ்ணு நாராயணன், அய்யப்பப் பணிக்கர், மாதவன் அய்யப்பத் என்பவரெல்லாம் நவீனத்துவப் பார்வை சார்ந்து தங்கள் கருப்பொருளிலும் மொழியிலும் மரபை மறுஉருவாக்கம் செய்தார்கள். சக்தி வாய்ந்த படிமங்கள் சுகதகுமாரியின் கவிதைகளில் காணலாம். நவீனத்துவத்தின் சரியான உதாரணம் ஆர். ராமசந்திரனின் கவிதைகள்தான். ராமசந்திரன் பின்னர் எழுதவில்லை. தனது சொற்பக் கவிதைகளிலும் மொழி, படிமம், காட்சி எல்லாவற்றிலும் புதுமை செய்து பார்த்திருக்கிறார்.

அதீத கற்பனையை முற்றாகத் தவிர்க்க இயலுமா?

அதீத கற்பனை ஒரு மனோபாவம். மனிதனை மையத்தில் வைக்கும் பிரபஞ்ச தரிசனம். மனித

கவிமொழி மனமொழி மறுமொழி

குலத்தை நேசிப்பவன் தெய்வீகத் தன்மையின் ஓர் அழகிய முகமூடி. அவன் நிரந்தர மதிப்பீடுகளின் தங்கச் சாவிகளைக் கையில் வைத்திருப்பவன். இவ்வாறான தன் முனைப்புகள் எப்போதோ மறைந்துபோய்விட்டன. மனத்தினுள் ஒரு நிரந்தரமான சத்தின் ஒளி இப்போது காணக்கிடைப்பதில்லை. என்னையே சந்தேகித்து, விசாரணை செய்து, நிந்தித்துக் கொள்கிறேன்.

அதீத கற்பனைவாதத்தின் லகரி இப்போதும் நம் சொற்களில் எஞ்சியிருக்கிறது. அதீத கற்பனை அன்றாட வாழ்க்கையின் இயற்கையைச் சார்ந்தது என்று நுனி நாக்கால் சொல்வதில் பயனில்லை. இன்று மையமிழந்து நிற்கிறான் மனிதன்.

உங்களது கவிதை புரியவில்லை என்று சிலர் சொல்கிறார்களே?

புரியவில்லையா? படைப்பைக் கண்ணாடிபோல் ஆக்குவதற்கு முயன்றிருக்கிறேன். குழிக்கண்ணாடி. நேரடி மொழி என்னும் போது உரையாடல் போன்றது என்றுதான் பொருள்கொள்கிறேன். நான் என்னுடனோ பிறருடனோ என் மனத்தை வெளிப்படுத்தும் உரையாடல் போன்றது என் கவிதைமொழி. 'நேரடியான' என்று கூறும்பொழுது எளிமையை மட்டுமல்ல, உண்மையையும் சேர்த்தே சுட்டுகிறேன். ஒரு கவிஞனின் மொழியில் இருந்தே அவன் நடிக்கிறானா, மிகைப்படுத்துகிறானா, உங்களைக் கவர்வதற்காக மொழியைப் பயன்படுத்துகிறானா என்பதைத் தெரிந்துகொள்ளலாம். கவிதையின் முக்கியமான சவாலே மொழிசார்ந்த சோதனைதான். ஒருவன் தன் குரலிலிருந்து தன்னுடைய பொய்யை மறைத்து வைக்க முடியாததைப் போலவே கவிதையிலும் பொய்யோ உண்மையோ எப்போதும் அதன் மொழியின் ஊடாக வெளிப்பட்டுக்கொண்டேயிருக்கும். அதனால்தான் கவிதை மொழியை நான் 'உண்மை சார்ந்த உரையாடல்' என்று கூறுகிறேன். கவிதையின் ஒவ்வொரு சொல்லிலும் நான் மறைந்திருக்கிறேன். அது ஓர் அறிக்கை அல்ல.

அறிக்கையில் 'நான்' இல்லை; பொருள் மட்டுமே உள்ளது. உரையாடலின் தனிக் குணம் அதில் உரையாடுபவன் இருக்கிறான் என்பதுதான். அதில் ஓர் அணுகுமுறை இருக்கிறது; பாவம் இருக்கிறது; செவி சாய்ப்பவன் கூட இருக்கிறான்; அதுதான் கவிதையின் மொழி.

பேச்சுமொழிக்கு ஒருபோதும் பழைமை தட்டுவதில்லை. அது வேற்றுமொழி ஆவதில்லை. அது எப்போதும் உயிர்ப்புடன் இருக்கிறது; மாறிக்கொண்டே இருக்கிறது. பத்து ஆண்டுகளுக்கு முன் இருந்த மொழி அல்ல இன்று. எந்த நூலையும் சார்ந்த மொழி அல்ல அது. இம்மொழிதான் ஒரு கவியை நிகழ்காலவாசியா அல்லது இறந்த காலத்தவனா என்பதைக் காட்டுகிறது. இதுபோன்ற ஒரு மொழியைத்தான் நான் நேரடி மொழி என்று கூறுகிறேன். இவ்வாறான ஒருமொழியில் கவிதைக்குரிய அகக் காட்சிகளை எவ்வாறு கொண்டுவர இயலும் என்ற பிரச்சினை உள்ளது. மகாபாரதத்தைப் படிக்கும்போது கொடூரங்களையும் குரூரமான விவரங்களையும் நிகழ்வுகளையும் நிறையவே காணமுடியும். ஆனால் அதே சமயம் பேச்சுப் பாங்கில்தான் அதன் மொழி அமைந்திருக்கிறது. இதன் பொருள் அது மேலோட்டமான தளத்தைச் சார்ந்த பேச்சு மொழி அல்ல என்பதுதான். ஆழம் சார்ந்த எல்லா ஒழுக்குகளையும் அது உள்ளடக்கிக் கொண்டிருக்கிறது. கிராமத்தின் அடர்ந்த இருளையும் பயத்தையும் போல. ஒருவன் சாதாரணமானவனாக இருக்கும்போதே அவன் கனவுகள் அசாதாரணத் தன்மை கொள்கின்றன. இவ்வாறு சாதாரணமும் அசாதாரணமும் இணைகிற தன்மொழிதான் நேரடி மொழி – என்னுடைய பார்வையில். பயன்படுத்தும் முறையில் ஏற்றத் தாழ்வுகள் இருக்கலாம். மணிப்பிரவாள மரபு மலையாளத்தைக் கவிதையிலிருந்து ஒதுக்கியிருக்கிறது. மற்றொன்றும் சொல்ல வேண்டும். கவிதையில் வெளிப்படுவது உரையாடலின் ஈயடிச்சான் காப்பி அல்ல. சொற்களைத் தேடியலைய வேண்டும். கவியின் சொற்கள் பரிசாகவோ,

தற்செயலாகவோ, காணமற்போய்க் கிடைத்ததாகவோ, தேடிச்சென்று பெற்றதாகவோ இருக்கலாம். ஆனால் அவை லௌகீகத் தளத்தைச் சார்ந்தவை அல்ல.

யதார்த்தங்களை நீங்கள் ஒருவிதத்தில் தலைகீழாகப் பார்ப்பதுபோல தோன்றுகிறது. உங்களுடைய சில கவிதை களில் ஆழ்மனத்தின் ஒழுங்கின்மை தென்படுகிறது. நீங்கள் ஒரு சர்ரியலிஸ்டா?

நான் சர்ரியலிஸ்ட் அல்ல. வேண்டுமென்றால் வெறும் ரியலிஸ்ட் என்று சொல்லலாம். ஆனால் யதார்த்தம் என்பது அதற்குத் தரும் அழுத்தத்தைப் பொறுத்த விஷயம். 'எதுதான் உண்மை,' என்ற கேள்வி என் மனதிலேயே இருக்கிறது. இருப்பதா இல்லாததா – எது யதார்த்தம் என்ற ஐயத்தை வெளிப்படுத்துவதுதான் 'இந்த இரண்டொன்று' என்ற என் கவிதை. யதார்த்தம் என்பதற்கு வழக்கமாக நாம் தரும் பொருளல்ல என் மனத்தில் இருப்பது. என்னுடைய உண்மையில் நான் கண்ட, காணாத, காண இயலாத உலகங்களையும் சேர்த்துக்கொள்கிறேன். சிலசமயம் ஆற்றுவெள்ளம் கரைதாண்டி வெளியே பாய்வதைப் போல. ஆறும் வயலும் ஒன்றாக இணைவதுபோல. கதையும் பொருளும் யதார்த்தமும் யதார்த்தமின்மையும் எல்லாம் கூடிக் குழம்பி மறிவதுதான் என் உலகம். எதுதான் யதார்த்தம் என்ற உறுதியின்மையே கவிதைவழியாக நான் எதிர்கொள்ளும் பிரச்சினை. அந்த யதார்த்தத்தைத் தெளிவாகச் சொல்வது கடினம். அதற்கு சர்ரியலிஸம் என்ற வேற்றுமொழி அடையாளம் தேவையில்லை. என் நினைவு மனதால் நினைவிலி மனதை அள்ள முடிகிறது.

மனத்தின் கருமைக்கு அழுத்தம் தருவதுதான் கவிதை என்று ஒருமுறை கூறியிருக்கிறீர்கள். உங்களது பல கவிதைகளிலும் கண்ணீர், ரத்தம், மாமிசம், மரணம், பிணம், மனநோய் போன்றவை வெளிப்படுவதைத் தெளிவுபடுத்துவீர்களா?

காட்டிற்கு வலிமை யானை. இமயத்திற்குக் கடுங்குளிர். என்னைப் பாதிப்பது வாழ்வின் அலங்கோலம் – அழகல்ல.

வாழ்க்கையை நான் பார்க்கும்போது வெண்மை கறுப்பாகிறது. மென்மை கடினமாகிறது.

உடன் வரும் ஆவியை விரட்டுவது போல், அறுவைச் சிகிச்சை செய்து கட்டியை அகற்றுவது போல், தீங்கிழைக்கும் பொருளை வாந்தியெடுப்பது போன்ற ஒரு நிம்மதியைத்தான் படைப்பு எனக்குத் தருகிறது. சீராக எழுத முயன்றாலும் சீரற்ற எழுத்துகளே வருகின்றன. தவிர்க்க முடியாத இயல்பு என்று இதைக் கூறலாம் – சிலருக்கு இனிப்புப் பிடிக்காதது போல.

பயணத்தைப் படிவமாக்கி நிறையக் கவிதைகள் எழுதி யிருக்கிறீர்கள். பயணம் உங்கள் சுயநெருக்கடிக்குத் தீர்வு காணும் ஒரு செயல்பாடா?

இருக்கலாம். பொதுவாக நாம் பெரியதைச் சிறியது கொண்டு அளக்கிறோம், காலடியால் பூமியை அளப்பது போல. பூமியைக் கொண்டும் காலடியை அளக்கலாம். அதுபோன்ற ஓர் அனுபவம்தான் சிறிது காலமே வாழ்ந்த எனக்குத் தூர இடங்களுக்குச் செல்லும்போதும், இமய மலையின் முன்னால் நிற்கும்போதும். நீண்டநாள் வாழ்ந்தவர் முன் இருக்கும் போதும் கிடைக்கிறது. நான் பெரியதைக் கொண்டு சிறியவனான என்னை அளக்கிறேனோ என்னமோ. அது சாத்தியமாவதால்தான் அதுபோன்ற இடங்களுக்குச் செல்ல ஆர்வம் பிறக்கிறது.

பயணங்களே எனக்குக் கவிதைகள் ஆகின்றன. இருப்பைப் பற்றியும் நான் எழுதியிருக்கிறேன் என்றாலும் அதை அவ்வளவு சிறந்த காரியமாக நான் குறிப்பிடவில்லை. புறப்படுவதும் போய்ச் சேராமல் இருப்பதுவுமே என் பயணத்தின் அடையாளம். நிம்மதியின்மைதான் என் நிம்மதி என்றும் சொல்லலாம். பறவைக்கு மரக்கிளை போல்தான் எனக்குப் பேருந்து நிலையங்கள், ரயில்வே ஸ்டேஷன்கள், விமான நிலையங்கள்; சென்று அமரவும் புறப்பட்டுச் செல்லவும்; இறந்தகாலத் துக்கம் எதிர் காலத்துக்கும். இயங்கிக்கொண்டிருப்பதே எனக்கு

விருப்பம். உடல் நிலைத்திருந்தாலும் நான் பயணித்துக் கொண்டே இருக்கிறேன். கிராமத்தில் அடைபட்டு வளர்ந்ததன் விளைவாகப் பெற்ற விலகலின் மாற்றாக இருக்கலாம் இந்தப் பயணத்தின் மீதான காதல். பயணிக்காமல் இருக்கும்போது 'நான்' என்னில் தேங்கி விடுகிறேன்; பயணிக்கும்போது 'நான்' மறைந்துவிடுகிறேன். தன்னை மறந்து லயித்துவிடுகிறேன். வேற்றுமைகளையும் ஒற்றுமைகளையும் பரஸ்பர நிறைவுகளாகக் காண்கிறேன். பயணங்களை முக்கியமாகக் கொள்வது கேரள மக்களின் வம்ச குணம் எனலாம். இந்தியாவில் வேறு எந்தப் பகுதியிலும் இந்த அளவுக்குப் பறந்து செல்வதும் திரும்பி வருவதுமான ஒரு மக்கள் பிரிவினர் இருக்கிறார்களா என்பதே சந்தேகம். அவர்கள் புறப்பட்டுப்போகிறபோது கூட திரும்பி வராதவர்களாகவே இருக்கிறார்கள்.

இந்தியாவின் தென்முனையில் இருப்பதாலோ என்னவோ கேரளியரின் பரம்பரை யாத்திரைக் குணமே என் பயணங்களுக்கும் காரணமாயிருக்கலாம்.

'எதிர்க் குரல்' என்ற உங்கள் கவிதை இலங்கைப் பிரச்னையைப் பற்றியது. ஈழத் தமிழர்களின் போராட்டங்கள் உள்ளிட்ட தேசியவாதங்களைப் பற்றி உங்கள் அணுகுமுறை என்ன?

அணுகுமுறையாக அல்ல, மனத்தைத் தொந்தரவு படுத்தும் அனுபவமாக உணர்ந்தேன். இந்தியாவின் தென்முனையிலிருந்து நீச்சலடித்துச் சென்றுவிடக்கூடிய தூரமே கொண்டது இலங்கை. கன்னியாகுமரி மாவட்டத்தில் இருந்துகூட நிறைய மக்கள் அங்கு சென்று தலைமுறைகளாக வாழ்ந்து வருகின்றனர். இலங்கை நமது இதிகாசத்தின் ஒரு பாகம். நம்முடைய உறவினர்கள் அவர்கள். தென்னிந்தியாவில் வாழ்வதுபோல் கோவில்களும் நிறுவனங்களுமாக அவர்கள் அங்கு வாழ்ந்துவருகிறார்கள். மலையாளியான சங்கரனின் யாழ்ப்பாண ஹோட்டல் அண்மைக்காலம் வரை புகழ்பெற்றிருந்தது. இப்போது மூடப்பட்டுவிட்டது.

தலைமுறைகளாக வாழ்ந்துவந்த இடங்களிலிருந்து அவர்கள் பலாத்காரமாக வெளியேற்றப்பட்டார்கள். அங்கு சென்ற இந்திய ராணுவம் சற்றும் மனிதத்தன்மையற்ற முறையில் நடந்துகொண்டது. புலிகளுடனோ இலங்கை ராணுவத்தினுடனோ அல்ல. மாறாக பெண்களிடமும் குழந்தைகளிடமும். ஆப்கானிஸ்தான், போஸ்னியா போன்ற கண்காணா இடங்களில் அல்ல இந்த வன்முறை நடந்தது. நமது ராணுவம் எழுப்பிய துப்பாக்கிச் சத்தம் நம் காதுகளில் விழும் தூரமே கொண்ட இடத்தில்.

அந்த நாட்களில் சில சிங்களத் துறவிகள் இங்கே வந்து தமிழருக்கு எதிராகப் பிரச்சாரம் செய்தனர். திருச்சூரில் எனது வீட்டுக்கே வந்திருந்தனர். அவர்களில் ஒரு இந்தியர்கூட இல்லை. நம் நாட்டுக்கே வந்து நமக்கெதிராக பொய்ப் பிரசாரம் செய்தார்கள். இந்த சூழ்நிலையில் 'எதிர்க் குரல்' எழுதினேன். அதில் வெளிப்படுவது என் குற்ற உணர்வு. இன்றையத் தமிழிலக்கியத்தில் ஈழத் தமிழிலக்கியம் என்ற கிளை உள்ளது. அவர்கள் எழுதிய பல கவிதைகளை நான் படித்திருக்கிறேன். போராடும் மக்களின் வாழ்வு பற்றிய கவிதைகளிலிருந்துதான் 'எதிர்க் குர'லில் நான் குறிப்பிடும் பல இடங்களைப் பற்றித் தெரிந்துகொண்டேன். சர்வதேசப் பிரச்னைகள் பற்றி உரத்து எதிர்வினை தரும் நாம் நமது அண்டையில் நடந்த இக்கொடுமைகளுக்காக எந்த எதிர்ப்பையும் தெரிவிக்க வில்லை. என் 'எதிர்க் குரல்' தமிழில் கவனம் பெற்றது. ஜெயமோகன் அதை மொழிபெயர்த்து வெளியிட்டார்.

நீங்கள் கல்லூரி ஆசிரியராக இருந்திருக்கிறீர்கள். இலக்கியத்தைக் கற்பித்தல் குறித்து ஆசிரியர் – கவிஞர் என்ற முறையில் உங்கள் கருத்து என்ன?

ஆசிரியர் பணியைப் பற்றி ஒரு கவிதையில்கூட உயர்வாக நான் குறிப்பிட்டதில்லை. கற்பித்தலும் கவிதை ஆக்கலும் எதிரெதிரான விஷயங்கள். ஒரு நல்ல கவிஞன் நல்ல ஆசிரியராக இருக்க வேண்டுமென்றில்லை.

எதிர்மாறாகவும் இது உண்மை. பல நியதிகளுக்கு உட்பட்டுத் தான் ஆசிரியர் பணி ஆற்றவேண்டியிருக்கிறது. பழைய விஷயங்களை, குறைந்தது ஒரு தலைமுறைக்கு முற்பட்ட விஷயங்களைத்தான் ஆசிரியர்கள் உயிரைக்கொடுத்துக் கற்பிக்கின்றனர். ஒரு பழைய உலகத்தில், அது புதிய உலகம் என கற்பனை செய்துகொண்டு, அந்தக் கற்பனை உலகில் வாழ்ந்துகொண்டிருக்கிறார்கள் ஆசிரியர்கள். அது மட்டுமல்ல, ஓர் ஆசிரியர் பல சமயங்களில் தன்னை மறக்க வேண்டியிருக்கிறது. தான் ஒரு பண்டிதன் என்று நடிக்க வேண்டியிருக்கிறது. சமயங்களில் மாணவர்களை மகிழ்விக்கும் கூத்தாடியாக வேண்டியிருக்கிறது. பாடகனாகவும் காட்டிக்கொள்ள வேண்டியிருக்கிறது. இவ்வாறு ஒருவரை அவரல்லாமல் ஆக்குவதற்கான எல்லாச் சூழலும் வகுப்பறையில் உள்ளது. என்னிலிருக்கும் நடிகன் அதை ரசிக்கிறான். ஆனால் என்னிலிருக்கும் கவிஞன் அதை விரும்புவதில்லை. 'பாரத தர்சன்' என்ற என் கவிதையில் உலகத்தின் அழகு, புதிர்த்தன்மை, கம்பீரம் போன்றவற்றை இழந்து நிற்கும் பாடங்களைக் கற்பதற்கு மாணவர்கள் ஆளாக்கப்பட்டிருக்கிறார்கள் என்பதைத் தான் குறிப்பிடுகிறேன். கற்கும் ஒவ்வொன்றையும் நியதிகளாக்கி அவற்றைப் பொது உண்மைகளாக்கி, அனுபவத்திலிருந்து பிரித்துப் பார்க்கும் பார்வையைத்தான் பலரும் அனுசரிக்கிறார்கள். பாடப் புத்தகத்தில் இடம் பெற்ற நல்ல கவிதைகளைக்கூட யாரும் படிக்காமல் போவது இதனால்தான்.

சமகாலக் கவிதையின் உணர்வு வறட்சியைப் பற்றிப் பேசப்படுகிறது. அனுபவத்திற்கும் உணர்ச்சிக்கும் கவிதைக்குமான உறவை உங்கள் படைப்புப் பார்வையில் விளக்க முடியுமா?

மிகைப்படுத்தும் மரபு நம்மிடம் இருக்கிறது. உரக்கப் பேசுவது, விரித்துரைப்பது, மிகைப்படுத்திச் சொல்வது... நாமெல்லாம் குலப்பெருமை பேசுபவர்கள். உரக்கப் பேசுவதும் சிரிப்பதும் குலப்பெருமையின் அம்சமாகும்.

கூட்டுக் குடும்பத்தில் உரக்கப் பேசுவதும் சிரிப்பதும் குலப்பெருமையின் அம்சமாகும். கூட்டுக் குடும்பத்தில் உரக்கப் பேசவேண்டும். வயல்காட்டில் தூரத்தில் இருப்பவர்கள் தமக்குள் கத்திப் பேசிக்கொள்வார்கள். செண்டைதான் நமது இசைக்கருவி. பகட்டான வேஷங்கள். நம்மிடம் வீணைக் கலைஞர்கள் குறைவு.

இன்று ஒரு கவிஞனின் பிரச்சினை இந்த மிகைப் படுத்தும் மரபை எதிர்கொள்வதுதான். மிகைப்படுத்தும் முறைக்குப் பதிலாக உடற்பயிற்சியினால் மெலிந்த, இளைத்த, ஒருமுறையை வைப்பதே என் முயற்சி. அது சொற்களை மேலும் வலிமைப்படுத்தும் என்பது என் நம்பிக்கை. அதற்காக சுருங்கக் கூறுதல், குறுக்கிக் கூறுதல் என்ற இரு கட்டுப்பாடுகளை நான் எழுதுவதற்கு முன்பும் பின்பும் – எழுதும்போது எந்த சித்தாந்தமும் இல்லை – பின்பற்றுகிறேன். இதை உணர்ச்சியற்ற நிலை என்று கூற முடியாது. அலறிக் குலுங்கி மிதித்துச் சுழலும் சாமியாடியை விட ஒரு மந்திரவாதியின் உள்வாங்கி நிற்கும் மொழியே என் விருப்பம். தீ நாக்குகள் வெளியே தெரியாத சக்திவாய்ந்த ஓர் அடுப்பைப் போல, இதையெல்லாம் நிறைவேற்றி முடிக்கிறேன் என்பதில்லை. கவிதை ஆர்ப்பாட்டம் இல்லாமலும், தீவிரம் குறையாமலும் இருத்தல் – இவையெல்லாம் என் சிந்தனைகள்.

ஓசை தூக்கலாக நிற்பதைத் தவிர்த்தல், சொற்களின் தேர்வு, சாதாரண மொழிக்கான முயற்சி போன்ற செயல்பாடுகளில் ஒரு படிமவாதியின் பாதிப்பு உங்கள் கவிதைகளில் தெரிவதுபற்றி என்ன சொல்கிறீர்கள்?

கவிதை அல்லாதவற்றையெல்லாம் தவிர்த்தல் என்ற விமர்சனம் படைப்புடன் நடைபெறுகிறது. ஒரு கை எழுதிக் கொண்டிருக்கும்போது மறு கை அழித்துக்கொண்டிருக்கிறது. இவ்வாறுதான் கவிதையில் மொழி செயல்படுகிறது. கவிதையின் இறுக்கத்திற்கு எதிரானவற்றையெல்லாம் நீக்கி விடுகிறேன். தன்னளவில் அழகாக இருப்பவற்றைக்கூட,

கவிதையாக்கத்திற்கு அவசியமில்லையெனில், அதை நீக்கவே வேண்டும். இவ்வாறு நீக்கிக்கொண்டே போகும் முறை என்னுடையது. புதுக் கவிதைக்கு உரித்தான சில சிந்தனைகளும் செயல்பட்டிருக்கும். சர்வ சாதாரண விஷயமாக, அலங்காரமானதாக, கவித்துவமென கருதப்படத் தக்கதாக வந்துசேரும். அனைத்தையும் இம்சிப்பதையே படைப்புச் செயலுக்கு இணையாக நான் கவனிப்பது. பிற கவிதைகளுக்குரிய தன்மையைப் பிரதிபலிக்காமல் இருக்கவும், கேட்டவற்றையே மீண்டும் கேட்காமல் இருக்கவும், எனக்கு மட்டுமே உரித்தானவற்றைக் காட்சிப்படுத்தவும் நான் நன்கு செயல்பட வேண்டியிருக்கிறது; செயல்படுத்த வேண்டும் என்பதற்காக வகுத்துக் கொண்டிருக்கும் வழி இது. நான் வலியுறுத்தும் முறை, உள்ளமும் உளியும் கல்லும் இணைந்து வரவேண்டும். இதுவே அதீதக் கற்பனைப் போக்கை அகற்றுவதற்கான முயற்சியும்கூட.

ஒரு கவிஞரான நீங்கள் தமிழ் நாவலை மொழிபெயர்க்க முன் வந்ததன் காரணம்?

கர்நாடகச் சங்கீதத்தோடு கொண்டிருந்த தொடர்பால் தான் நான் தமிழ் கற்க நேர்ந்தது. எம். கோவிந்தன்தான் என் கவனத்தைத் தமிழ் இலக்கியத்தின் பக்கம் திருப்பிவிட்டார். என்னை மிகவும் பாதித்தவர் அவர். பல பிரபல தமிழ் எழுத்தாளர்களுக்கும் கோவிந்தனுடன் நல்ல உறவு இருந்திருக்கிறது. அவர்கள் தம் படைப்புகளை கோவிந்தனிடம் காட்டுவதுண்டு. அவர் கருத்துகளை மதித்தும் வந்தனர்.

'ஜே.ஜே.: சில குறிப்புக'ளின் வெளியீட்டாளர் மூலம் அந்த நாவலைப்பற்றி கோவிந்தனுக்கு அறிய முடிந்தது. அது கோவிந்தனுக்கு மிகவும் பிடித்திருந்தது. அடிக்கடி அதைப் பற்றி என்னிடம் சொல்வார் அவர். இது எனக்கு ஒரு தூண்டுதலாக இருந்தது. தமிழ் இலக்கியத்தினுள் நுழையும் தருணமாக அதைக் கருதினேன். பின்னர் பல

புதிய தமிழ் எழுத்தாளர்களும் எனக்கு அறிமுகமாயினர். 'நவீன தமிழ் இலக்கியம் மலையாள வாசகர்களுக்கு அறிமுகப்படுத்தப்பட வேண்டும் என்ற ஆசையும் எனக்கு ஏற்பட்டது. ஒரு மொழியை அல்ல; ஒரு கலாசாரத்தை மொழிபெயர்ப்பதுதான் என் நோக்கம். சமஸ்கிருதத்தைப் போல ஆழமான மொழி தமிழ். தமிழ்நாட்டில் நிறைய இடங்களுக்கு நான் சென்றிருக்கிறேன். இசை, சிற்பம், இலக்கியம், கிராமியக் கலைகளெல்லாம் அங்கே நிறைய. அவர்கள் நமக்கு அண்மையில் இருக்கிறார்கள்.

தமிழில் இருந்து மலையாளத்திற்கு மொழிபெயர்க்கும்போது எந்தவிதமான பிரச்னைகளை எதிர்கொண்டீர்கள்?

நான் மொழி பெயர்ப்பதற்காக கவிதைகளைத் தேர்ந்தெடுக்கும் முறை சற்று வித்தியாசமானது. மலையாளிகள் விரும்பும் வகையான கவிதைகளையும், மொழிபெயர்ப்புக்கு இடம் தருவனவற்றையும் எடுத்துக் கொள்கிறேன். எனினும் பொதுவாகக் கவிதையில் உள்ளார்ந்த மொழியையே காண்கிறேன். அதனால் லௌகீக மொழியில் பார்ப்பது போன்ற வேற்றுமைகள் இல்லை. இருப்பினும் தமிழ் பேச்சுமொழியின் நடுவே வாழ முடியாத நான், சொற்களின் சூட்சமங்களையும் இயல்புகளையும் இழந்துவிட்டேனோ என்ற ஐயம் ஏற்படுகிறது. குறிப்பாக நாவல், கதை உருவங்களில். கவிதை பெரும்பாலும் மனோபாவங்களின் சொற்கள் என்பதால் அதிக சிரமமில்லை.

மொழிபெயர்க்க சுந்தர ராமசாமியின் நாவலையே மீண்டும் தேர்ந்தெடுக்கக் காரணம்?

சுந்தர ராமசாமி ஒரு கவிஞர். அவருடைய மொழி, நுட்பமும் கவித்துவமும் கொண்டது. அந்த மொழி எனக்கு இணக்கமாகவும் இருக்கிறது. ஆனால் நான் ஒரு நாவல் மொழிபெயர்ப்பாளன் என அழைக்கப்படுவதை விரும்பவில்லை.

தமிழ்ப் படைப்புகளை மலையாளத்தில் மொழிபெயர்க்க வேண்டுமென்ற எண்ணம் உங்களுக்கு எந்தச் சூழ்நிலையில் ஏற்பட்டது?

சென்னையில் நான் மூன்று ஆண்டுகள் வேலை பார்த்தேன். கர்நாடகச் சங்கீதம், புகழ்பெற்ற கோவில்கள், சிலைகள் வாயிலாக தமிழ்க் கலாச்சாரத்தின் மீது ஆர்வம் ஏற்பட்டது. தமிழ் வாசிக்கத் தெரியாததால் சில அசௌகரியங்களும் ஏற்பட்டன. தமிழ் துணை நூற்கள், பத்திரிகைகள் மூலமாகச் சிறிதுசிறிதாக தமிழ் கற்றுக் கொண்டேன். அந்தக் காலத்தில்தான் எம். கோவிந்தன் 'ஜே.ஜே.: சில குறிப்புக'ளைப் பற்றிக் கூறினார். பலதடவை. அதை மொழிபெயர்க்கத் தொடங்கினேன். அப்புறம் தமிழ் மொழியிலேயே பல நாட்கள் ஆழ்ந்திருந்தேன். மொழிபெயர்ப்பில் வேறு கலாசாரத்தின் மேலுள்ள கவர்ச்சியே நம்மை ஈர்க்கிறது. என் கலாச்சாரத்துடனான ஒற்றுமையும் வேற்றுமையும் இந்தக் கவர்ச்சியில் இருக்கிறது. இன்னொரு தேசத்தில் கால்வைக்கும்போது ஏற்படும் வேற்றுமை உணர்வு அளிக்கும் சந்தோஷமும் இருக்கிறது.

இந்த நாவல், மொழியிலும் சிந்தனையிலும் வடிவத்திலும் மலையாளிகளுக்கு ஒரு புதுமையாகவே இருந்தது.

நவீனத் தமிழ் இலக்கியம் பற்றி உங்கள் எண்ணம் என்ன?

தமிழில் நவீன இலக்கியம் தன் தனித்தன்மையை இழந்துவிடவில்லை. பெரும்பாலோர் மேற்கத்திய சித்தாந்தங்களின் வெளிப்பாடாகத் தங்கள் படைப்புகளை உருவாக்கவில்லை; குறிப்பாக சிறுகதைகளில். ஒரு தமிழ் நவீனத்துவம்தான் உருவாகி வந்திருக்கிறதென்று சொல்லலாம். இது தமிழின் ஆழத்தைக் காட்டுகிறது.

சுந்தர ராமசாமியின் 'ஒரு புளியமரத்தின் கதை'யையும் 'ஜே.ஜே.: சில குறிப்புக'ளையும் மொழிபெயர்த்ததற்காக முறையே கேரள சாகித்ய அகடாமி விருதையும் மத்திய

சாகித்ய அகடாமி விருதையும் பெற்றிருக்கிறீர்கள். இந்தப் படைப்புகள் பற்றி வந்த எதிர்வினைகள் என்ன?

மலையாள வாசகர்கள், 'ஒரு புளிய மரத்தின்கதை'யை விட 'ஜே.ஜே.: சில குறிப்புக'ளுக்குதான் அதிக முக்கியத் துவம் தந்தனர். பொதுவாக மலையாள வாசகர்கள் இலக்கிய வடிவங்களில் நிகழும் மாற்றத்தைப் பற்றி மிகக் கவனமாக இருப்பவர்கள். தொலைநோக்குப் பார்வை சார்ந்த படைப்புகள்மீது அவர்களுக்கு அதிக விருப்பம். 'ஒரு புளிய மரத்தின் கதை'யையும் அவர்கள் ரசித்தார்கள். இரண்டையும் வழக்கமான போக்கிலிருந்து மாறுபட்டவையாகவே பலரும் உணர்ந்தார்கள்.

தமிழ்க் கவிதைகளின் மொழிபெயர்ப்புகள் மலையாளக் கவிதையைப் பாதித்துள்ளதா?

ஒவ்வொரு மொழியும் தனக்கே உரிய கவிதை மரபைப் பின்தொடர்கிறது. மலையாளத்தில் கூறுதல், விளக்குதல், விரித்தல் என்பவை நவீனக் கவிதைகளிலும் இருக்கின்றன. பொதுக் கருத்துகளுக்கு இடமளித்தல், வட மொழிச் சொற்களை அதிகமாகச் சேர்த்தல், மிகைப்படக் கூறுதல் போன்றவை அதிகம். மெல்லிய குரலை எவரும் பயன்படுத்துவதில்லை. குறிப்புணர்த்தல் குறைவு. இக்குறைகள் தமிழ்க் கவிதைகளில் காணப்படுவதில்லை. ஒரு சிலர் இந்த வேறுபாடுகளைக் கவனிக்கிறார்கள்.

யார் யார் கவிதைகளை மொழிபெயர்த்திருக்கிறீர்கள்?

நான் தேர்ந்தெடுத்து மொழிபெயர்த்த கவிஞர்கள் க.நா.சு., பிச்சமூர்த்தி, சி. மணி, பசுவய்யா, ஞானக்கூத்தன், நகுலன், பிரமிள், பழமலய், கல்யாண்ஜி, எஸ். வைதீஸ்வரன், கலாப்ரியா, ஆத்மாநாம், தேவதேவன், விக்ரமாதித்யன், சுகந்தி சுப்ரமணியன், நாரணோ ஜெயராம், பா. வெங்கடேசன், மனுஷ்யபுத்திரன், இளமுருகு, கௌரி, உமாபதி... இப்போதும் மொழிபெயர்த்துக்

கொண்டிருக்கிறேன். இளம் தலைமுறைக் கவிஞர்களின் கவிதைத் தொகுதிகள் கிடைப்பதில் சிரமம் இருக்கிறது.

ஜி. நாகராஜனின் 'நாளை மற்றுமொரு நாளே' நாவலை மொழிபெயர்க்க ஏன் தேர்ந்தெடுத்தீர்கள்?

'நாளை மற்றுமொரு நாளே' நல்ல இசைவு கூடிய – ஆனால் அதை மறைத்துவைத்துக்கொள்ளும் – நாவல். மலையாளத்தில் பெரும்பாலும் நடுத்தர வர்க்கத்தினரின் மனோபாவங்களே எழுத்தில் வந்திருக்கின்றன. அடிப்படை மதிப்புகளைப் பற்றி ஒரு சிரிப்பும் அழுகையும் இந்த நாவலில் இருக்கிறது. மலையாளத்தில் இது வித்தியாசமாக இருக்கும்.

தமிழ் இலக்கியத்தை மலையாள இலக்கியத்துடன் ஒப்பிட்டுப் பார்க்கும்போது என்ன தோன்றுகிறது?

நவீனத் தமிழ் எழுத்தாளர்களுக்கு நமக்கில்லாத பல பிரச்சினைகள் இருக்கின்றன. பொதுவாக தமிழ் இலக்கியம் என்று வெளியே தெரியவருவது அங்குள்ள ஜனரஞ்சக எழுத்துதான். நம் இதழ்களில் அதிகமும் மொழிபெயர்க்கப்படுவதும் அவையே. இது ஒரு வியாபாரப் போக்கு. அங்கே ஒரு சிறுபான்மைப் படைப்பாளிகள் புதிய, மதிக்கத்தகுந்த படைப்புகளை உருவாக்கி வருகின்றனர். மலையாளத்தைப் போல நவீனப் படைப்புகள் அங்கு விற்பனையாவதில்லை. அதனால் புதிய எழுத்து, சந்தைச் சரக்காகவில்லை. மிகுந்த இழப்புகளைப் பொறுத்துக்கொண்டு உருவாக்கப்படும் எழுத்து இவர்களுடையது. இப்போது மாற்றம் வரத்தொடங்கி யிருக்கிறது. மலையாளியான ஜெயமோகன் மிகவும் கவனிக்கப்படும் இளம் கதாசிரியரும் கவியும் ஆவார். நிறையப்பேர் கதை, கவிதை இரண்டும் எழுதுகிறார்கள்.

தமிழ்க் கவிதை தேங்கியுள்ளதா, தேங்கியுள்ளதெனில் மாற்று என்ன?

தமிழ்க் கவிதைகளில் ஆழமும் பரப்பும் மிகவும் குறைந்து விட்டதாகவே தோன்றுகிறது. பசுவய்யா, ஞானக்கூத்தன்

போன்றவர்களுக்குப் பிறகு கவிதையில் அதிக மாற்றம் ஏற்படவில்லை. இத்தனை ஆண்டுகளுக்குப் பிறகும் நவீனத்துவத்தின் கவிதைப் பார்வையைப் பலவீனமான முறையில் தொடர்ந்துகொண்டிருக்கிறார்கள் என்று தோன்றுகிறது. உணர்ச்சிகளுக்குத் தீவிரமோ ஆழமோ இல்லை. உருவாக்கங்களில் வேற்றுமைகள் இல்லை. அதீத கற்பனைவாதத்திற்கு எதிராக உணர்ச்சியைத் தவிர்த்தல் என்ற மருந்தை இப்போதும் தொடர்ந்துகொண்டிருக்கிறார்கள் என்று தோன்றுகிறது. சராசரி மனத்தின் சிற்றலைகள்தான் காணக்கிடைக்கின்றன. வலுவான மோதல்களோ சைதன்யம் நிறைந்த மனப் பிம்பங்களோ, தொந்தரவுக்கு ஆட்படுத்தும் வரிகளோ எனக்குப் பார்க்கக் கிடைக்கவில்லை. செழுமைமிக்க தமிழ்க் கவிதை மரபின் ஊட்டங்கள் ஒன்றும் இவற்றில் தென்படுவதில்லை. வளமற்ற விளைச்சல் போல் இருக்கிறது இப்போது. விதிவிலக்காகச் சில நல்ல கவிதைகளைப் பார்க்கிறேன். வாழ்க்கையிலும் கவிதை மரபிலும் படைப்பிலும் மூழ்கி நிற்பதுதான் இதற்கு மாற்று என்று தோன்றுகிறது.

தமிழில் ஸ்ட்ரக்சுரலிஸம், போஸ்ட் ஸ்ட்ரக்சுரலிஸம், போஸ்ட் மாடர்னிஸம், தலித்தியம், பெண்ணியம் போன்றவை இன்று அதிகமாகப் பேசப்படுகிறது. மலையாளத்திலும் இப்போக்குகள் இருக்கின்றனவா?

ஸ்ட்ரக்சுரலிஸம், சுற்றுச் சூழல் சார்ந்த பிரக்ஞை, பெண்ணியம் போன்றவற்றின் பாதிப்பு மலையாள இலக்கியத்திலும் இருக்கிறது. நல்ல கவிதைகளும் கதைகளும் எழுதும் பெண் எழுத்தாளர்கள் இருக்கிறார்கள். தனித்தன்மை கொண்டவர்கள். பெண்கள் என்று தனிப்படுத்தத் தேவையில்லை அவர்களும் பொது நீரோட்டத்தில்தான் இருக்கிறார்கள் என்று கூறுபவர்கள் இருக்கிறார்கள். ஆனால் பின் நவீனத்துவ உத்திகளில் பிரபலமானக் கதாசிரியர்களும் கவிஞர்களும் அவ்வளவாக கவனம் செலுத்துவதில்லை. இன்று இளங்கதாசிரியர்கள் நிறைய இருக்கிறார்கள். புதுமையாகக் கதை சொல்ல

வேண்டுமென்ற ஆவல் உள்ளவர்கள் அவர்கள். கதைப்போக்கின் ஒழுங்கை முறிப்பதுதான் அவர்கள் பாணி. முன்பு பால் சகரியா தொடங்கி வைத்ததைப் பின்பற்றுபவர்களும் உண்டு. புறம் சார்ந்த இந்த வித்தைகள் தவிர கருத்தைச் சார்ந்த தனித்துவம் கொண்டு வெளிப்படும் நெருக்கடிகள், தேடல்கள் படிக்கக் கிடைப்பதில்லை.

நிரந்தரமாக எதுவுமில்லை; மனித மனத்தில் வெறுமை மட்டுமே உள்ளது; அது அளிக்கும் தற்காலிக மதிப்பீடுகள் மட்டுமே உள்ளன; முன்னேற்றமோ முழுமையோ இல்லை; பொருளற்ற பல்வேறு அனுபவங்கள் மட்டுமே இருக்கின்றன என்றெல்லாம் கூறப்படுபவற்றை உள்வாங்க இந்திய மரபில் வாழ்ந்துவரும் இளைஞனின் மனம் மிகவும் சங்கடப்படக் கூடும். இருந்தாலும் இவ்வாறெல்லாம் எழுதும்படி ஆகிவிடலாம் என்றுதான் நன்றாக எழுதுபவர்களில் சிலரும் அஞ்சுகிறார்கள்.

பாடத்திட்ட மாற்றங்களுக்கேற்ப பாடங்களைக் கற்பிப்பதுபோல நவீனத்துவத்தின் சித்தாந்தங்களிலிருந்து பின் நவீனத்துவத்தின் சித்தாந்தங்களுக்குச் சாடியவர்கள் உண்டு. இவர்கள் அதிகமும் கல்லூரிப் பேராசிரியர்களே. என் தலைமுறை எழுத்தாளர்களில் இவற்றைக் கவனிப்பவர்கள் இருக்கிறார்கள். புறக்கணிப்பவர்கள் இருக்கிறார்கள். அங்கீகரிப்பவர்கள் இல்லை.

[கலாகௌமுதி (15.1.95) மாத்ருபூமி (7.7.96) இதழ்களில் வெளிவந்த நேர்காணல்கள் மற்றும் *காலச்சுவடின்* கேள்விகளுக்குத் தந்த பதில்கள் ஆகியவற்றின் தொகுப்பு.]

மலையாளத்திலிருந்து தமிழில்: **நிர்மால்யா, எம்.எஸ்.**

ஆற்றூருக்கு

அனிதா தம்பி

பிரியமான கவி,
நீங்கள் அக்கரையிலிருந்து புறப்படும்போது
ஊர் உறக்கத்தில் ஆழ்ந்திருந்தது
ஆறு அசைந்தசைந்து போய்க்கொண்டிருந்தது

செம்மை கசியத்தொடங்கியிருந்தது
சில பறவைகள் விழித்துப் பாடி
உலகத்தை இரண்டுமூன்றடி நகர்த்தியிருந்தன
சில பலவாகி பல புலரியாகிச் சிதறி
கோலாகலமானது.

புதுவெளிச்சத்தின் கூர்மையில்
நீண்ட நிழல்களின் தீர்க்கத்தில்
கொல்லவும் சாகவும் தேடின
வாய்ப்பில்லை; திமிறின.

கரையில் மூட்டையை இறக்கிவைத்து
தோணியில்லாத படித்துறையில்
ஆற்றில் இறங்கினீர்கள் நீங்கள்.
நிசப்த வாத்தியங்களின் தாளத்தில்
விழைந்தும் பயந்தும் வைத்த காலடிகளி
நிழல் சுருண்டது
நண்பகலானது

ஆற்றில் மணலும் புதர்களும் கற்களும்
ஓடத் தயாரில்லாத வெள்ளமும்
மூளைமடிப்புகளில் நினைவுகளாயின
மணலில் சிதறிய நீர்த் தாம்பாளங்களை
மாடுகள் நக்கித் துடைத்தன
எச்சில் நீரைப் பறவைகள் கொத்திக் குடித்தன
முகம்பார்க்க வழியற்று அலுத்துக்கொண்டது பாலம்
மணல் லாரிகள் வந்து போய்க்கொண்டிருந்தன
மண்ணில் புதைந்த தோணிகள் பார்த்துக்கொண்டு
கிடந்தன

உடையத் தயாரான கிளையின் உரத்துடன்
நீங்கள் நடந்தீர்கள்
நண்பகல் படர்ந்தது
பார்த்துக்கொண்டிருக்கவே மாடுகள் கமறின
கார் இருண்டு மழை விழுந்தது
மெல்லமெல்ல மணலில் வெள்ளம் பெருகியது
வெள்ளத்தை மிதித்து நீங்கள் நடந்தீர்கள்
வெள்ளம் உயர்ந்தது
சிதறடித்து நீங்கள் நடந்தீர்கள்
வெள்ளம் முழங்கால் அளவு
துடுப்புப்போல வகிர்ந்து நீங்கள் நடந்தீர்கள்
வெள்ளம் உயர்ந்துகொண்டிருந்தது
இனி என்ன செய்ய?
பதற்றம் எதுவுமில்லை
உங்களுக்கோ மூன்று ஆள் உயரம்*

அற்புதம் நிகழுமென்று உற்றுப் பார்த்திருந்தேன்
இல்லை;
நீங்கள் அதிசாதாரணமாக, அநாயாசமாகக் கரையேறி
நாட்டுவழியே நடந்தீர்கள்

---

* ஆற்றூர் ரவிவர்மா முன்னோடிகளாக கருதிய மூவர் எம். கோவிந்தன்,
ஆர். ராமச்சந்திரன், குஞ்ஞுராமன் நாயர்

நீங்கள் அடையாளமிட்டது இந்த நடை
மொழிமாற்றிய மௌனத்தின் நடை

விடியலில் மீண்டும்
அக்கரையிலிருந்து நீங்கள் புறப்படக் காத்து
இக்கரையில் நிற்கிறேன்
எல்லையில்லாப் பொறுமையுடன்
எண்ணில்லா விந்தையுடன்

●

எதிர்விளி – மறுவிளி*

பா. அகிலன்

அந்தச் சொற்களை எங்கு வைத்துப் போனீர்கள் ஆற்றூர்?
வற்றாத மலைகளின் ஆதிமூலத்திலா
இலைகளின் முடிவடையா சலசலப்புக்களின் கீழா
அல்லது
வறிய மனிதனின் கந்தற் துணிகளுக்கு நடுவில்
வரலாறு படுத்துறங்கும் தெருவிலா?

இங்கேதான் உள்ளோம் ஆற்றூர்
கடலுக்கு இப்பால் நீங்கள் அறிந்த பெயர்களும்
காணாத இடங்களும் ஆறாக் குருதியும்
                    முடிவடையாத அதே புலத்தில்

ஆயிரம் மேடைச்சொற்களின் அரசியல்
                    இடிமுழக்கங்களிடையே
உங்கள் மௌனத்தை மட்டும் கேட்கிறேன்
ஒரு வலிக்கும் இதயம்
ஒரு நெடுமூச்சுத் திரள்
நடுங்கும் என் கைகளைப் பற்றுகிறது

எமது புகையிலை வள்ளங்கள்** காலத்துள் மூழ்கினவாயினும்
கண்ணகை கோவலனுடல் தைக்கும்போதெல்லாம்
பகவதி சிவந்து வெளிச்சப்படறாளங்கே***

---

* ஆற்றூர் ரவிவர்மா ஈழத்தமிழர்கள் பற்றி எழுதிய கவிதையின் தலைப்பு

** யாழ்ப்பாணத்துக்கும் கேரளத்துக்குமிடையில் நெடுங்காலம் புகையிலை வர்த்தகம் காணப்பட்டது

*** சாமியாடல்

மழையடர்ந்து பெய்கிறது ஆற்றூர்

குண்டடிபட்ட ஆடைகள் நடுவே
அரைவேட்டிக் கவிஞனின் சாட்சியம் அமர்கிறது

இப்பால்
கடலின் மீது ஒரு பூ வைக்கிறேன்
ஒரே நீரை நாம் பகிர்ந்தோம் என்றீர்களே!

●

பிறகு பார்க்கவில்லை

ஆற்றூர் ரவிவர்மா

தென்னிந்தியப் படைப்பாளிகளையும் படைப்புகளையும் பற்றி எம். கோவிந்தனின் தற்செயல் பேச்சிலிருந்துதான் சுந்தர ராமசாமி என்னும் பெயரை முதன்முதலில் கேள்விப்பட்டேன்.

அது என் தமிழ்ப் படிப்பின் தொடக்க காலம்.

பேருந்து மற்றும் கடைகளின் பெயர்ப் பலகைகள், தினத்தந்தி, விகடன், லக்ஷ்மி போன்றவர்களின் நாவல்கள்... இவைதான் பாடங்கள். மலையாளத்தில் நாங்கள் செய்து வரும் எழுத்துமுறையிலான படைப்புகள் தமிழிலும் இருப்பதாக அறிந்தபோது வாசிக்கும் ஆர்வம் தோன்றியது. 'ஜே.ஜே.: சில குறிப்புகள்' என்னும் சுந்தர ராமசாமியின் நாவலைக் குறித்து கோவிந்தன் பலமுறை பேசியிருக்கிறார்.

கல்லூரியில் பணிபுரியும் எனது சக ஊழியர்களான தமிழாசிரியர்களிடம் கேட்டபோது 'ஒரு புளியமரத்தின் கதை' என்னும் நாவலை எழுதியவர் என்பதற்கு மேல் அவர்களுக்கு எதுவும் தெரியவில்லை. அது நாகர்கோவிலைப் பற்றிய கதையென்பதாகவும் சுந்தர ராமசாமி 'காகங்கள்' என்றொரு இலக்கிய விவாத அரங்கினைத் தன் வீட்டு மாடியில் நடத்திவந்ததாகவும் அவர்கள் சொன்னார்கள். அவ்வப்போது கூடிக் கலகம் செய்யும் காகங்கள்.

சுந்தர ராமசாமியைப் பார்க்க வேண்டும்.

'ஜே.ஜே.: சில குறிப்புகள்' நாவலை மொழிமாற்றம் செய்த நோட்டுப் புத்தகத்துடன் நான் நாகர்கோவிலை அடைந்தேன். வரும் விவரத்தை முன்கூட்டியே சுந்தர ராமசாமிக்குத் தெரிவித்திருந்தேன். பஸ்ஸைவிட்டு நான் இறங்கி நின்றதும் ஒரு சிறிய காரை அவரே ஓட்டிக்கொண்டு வந்து என் பக்கத்தில் நிறுத்தினார். உயர்ந்து, மெலிந்து, நடனக் கலைஞரைப் போன்ற தோற்றத்துடன் ஒருவர். சுந்தர ராமசாமி. ஒல்லியான காட்டு மூங்கில் கூட்டம் போன்ற மரங்கள் நிழல் தரும் வளாகத்திலுள்ள தன் வீட்டுக்கு என்னை அழைத்துக்கொண்டு போனார்.

என் மொழிபெயர்ப்பை இரவு பகலாக வாசித்தார். வரிக்கு வரி சரிபார்த்தார். கருத்து முரண்படும் இடங்களில் எந்த தாட்சண்யமுமில்லாமல் விவாதம் செய்தார். படைப்பு ரீதியிலான வர்ணனைகளைத் தொட்டுச் சென்றார். மின்சாரம் தடைபட்டபோது எமர்ஜென்சி

லைட் வைத்து . . . நான் சார்மினார் சிகரெட்டுகளைப் புகைத்து ட்ரேயை நிறைத்தபடியே புதிய தமிழுக்குள் பிரவேசித்துக்கொண்டிருந்தேன்.

பிறகு மலையாள எழுத்தாளர்களையும் நூல்களையும் பற்றி நிறையக் கேள்விகள் கேட்டார். ஒரு பட்டியல் தயார்செய்து மலையாளத் தொடர்களை மனமொன்றிப் பார்த்தார். சுந்தர ராமசாமியின் துணைவி கமலாவுக்கும் கொஞ்சம் மலையாளம் பேசத் தெரிந்திருந்தது.

தமிழ்க் கவிதைகளைப் பற்றியும் சுந்தர ராமசாமி சொன்னார். வாசித்துக் காட்டினார். ஞானக்கூத்தனையும் சி. மணியையும் பற்றி அப்போதுதான் நான் முதன்முதலில் கேள்விப்படுகிறேன். இவர்களுடையதும் மற்றும் பலருடையதுமான கவிதைத் தொகுப்புகளைத் தந்தார். முதன்முதலில் ஜெயமோகனையும் இங்கே வைத்துதான் பார்த்தேன். ஒரு பையன். மலையாள இலக்கியத்தின் முக்கியமான பகுதிகளெல்லாம் தெரிந்துவைத்திருக்கிறான்.

இலங்கையிலிருந்து ஒரு நண்பரும் வந்திருந்தார். அவர் எனக்கு 'மரணத்தில் வாழ்வோம்' என்ற இலங்கைத் தமிழ்க் கவிதைத் தொகுப்பைத் தந்தார். மலையாளத்தில் சில கவிதைகளை மொழிமாற்றம் செய்யும் முயற்சியை மேற்கொள்ளும்படிக் கேட்டுக்கொண்டார். புளியமரத்தின் கதை நிகழும் பல இடங்களை நடந்து சென்று பார்த்து அனுபவித்தேன். பஸ் நிறுத்தும் இடத்திலிருந்த பெஞ்சிலமர்ந்து சுந்தர ராமசாமியும் நானும் ஜெயமோகனும் சேர்ந்து தமிழ் கூறு நல்லுலகை நிந்தனை செய்தோம், பாராட்டினோம்.

திருச்சூருக்கு முதல்முறையாக சுந்தர ராமசாமி வந்தது ஒரு வரவேற்பு நிகழ்வுக்காக! கவிதைக்கான ஆசான் விருது முதன்முதலில் சுந்தர ராமசாமிக்குக் கிடைத்தது. நிகழ்ச்சிக்கு கோவிந்தனும் வருவதாகக் கூறியிருந்தார். ஏதோ அசௌகரியம் ஏற்பட்டதால் வீட்டில் இருந்துவிட்டார். அனந்தமூர்த்தி தாமதமாக வந்து

சேர்ந்தார். சுந்தர ராமசாமிக்கு கோவிந்தனைப் பார்க்க வேண்டும். நானும் சுந்தர ராமசாமியும் ஜெயமோகனுமாகப் புறப்பட்டோம். பஸ் ஏறியும் நடந்தும் வீட்டையடைந்தோம். அப்போது துணைவேந்தராயிருந்த அனந்தமூர்த்தி வேறு வழியாகக் காரில் வந்து கோவிந்தனைப் பார்த்துவிட்டு அப்போதுதான் திரும்பியிருக்கிறார். மலையாளத்துடனும் கோவிந்தனுடனும் சுந்தர ராமசாமி கொண்டுள்ள மதிப்பை, தொடர்ந்து நடந்த சம்பாஷணையிலிருந்து என்னால் புரிந்துகொள்ள முடிந்தது. திரும்பி வந்து சேரும்போது மிகவும் பிந்திவிட்டது.

திருச்சூரில் என் வீட்டில்தான் சுந்தர ராமசாமி தங்கினார். விசேஷமாக அவருக்கு எந்தத் தேவையுமில்லை. வீட்டின் கட்டுமானப் பணி பாதிதான் நடந்திருந்தது. வீட்டைச் சுற்றிலுமிருந்த வயலையும் அமைதியையும் பார்த்துச் சந்தோஷப்பட்டார். நிகழ்ச்சியின்போது எந்த மொழியில் பேசுவது என்று யோசனை செய்தார். தனது முறை வந்ததும் நல்ல மலையாளத்தில், எளிமையாக, தான் எழுத்துலகுக்கு வந்து சேர்ந்தது எப்படியென்பதை விவரித்துச் சொன்னார். கூட்டத்தினருக்கு அது புதிய அனுபவமாக இருந்தது. கொஞ்சநாள்களுக்குப் பிறகு மீண்டும் வந்தபோது இங்கே நிறைய வீடுகள் இருப்பதைப் பார்த்து அவருக்கு வருத்தமாக இருந்தது.

சென்னையில் சுந்தர ராமசாமியின் மகன் கண்ணனின் திருமணத்திற்கு நான் சென்றிருந்தேன். என்னுடன், அப்போது சென்னையில் வசித்திருந்த மாதவன் அய்யப்பத்தும் கே.சி. நாராயணனும் வந்தார்கள். மலையாள எழுத்தாளர்களைக் கண்டதும் சுந்தர ராமசாமிக்கு மிகுந்த மகிழ்ச்சி.

புதிய தமிழ் எழுத்தாளர்கள் அங்கே நிறைய இருந்தனர், உறவினர்களைவிட அதிகமாக! தற்காலத் தமிழ் அகராதியை மிகுந்த சிரமம் எடுத்துத் தயாரித்திருந்த 'க்ரியா' ராமகிருஷ்ணனையும் புகழ்பெற்ற கவிஞர்

ஞானக்கூத்தனையும் சுகுமாரனையும் மேலும் பலரையும் அங்கு வைத்துதான் பார்த்தேன். கிட்டத்தட்ட ஒரு புதிய இலக்கியத் திருவிழா போலிருந்தது. சுந்தர ராமசாமி வழக்கம்போலவே அமைதியான தோற்றத்துடன் எங்களை மணமக்களுடன் அமரவைத்துப் புகைப்படம் எடுத்த பிறகுதான் விட்டார்.

'ஜே.ஜே.: சில குறிப்புக'ளில் வரும் ஜே.ஜே.யைப் போல்தான் சுந்தர ராமசாமியும் என்று எனக்குத் தோன்றிய துண்டு. சிந்தனை, வாக்கு, செயல் ஆகியவற்றை இணைப்பதற்கான தீவிர முயற்சி. தன் குழப்பமான காலகட்டத்திலும்கூட எதையும் மிகைப்படுத்துவதில்லை, இனிப்புச் சேர்ப்பதில்லை.

கடைசியாகப் பார்த்தது சென்ற வருடம் இதே சமயத்தில் அமெரிக்காவில் மாஸாசூசெட்ஸில் ஸ்டாஃபோர்ட் எனும் சிறுநகரில் வைத்து. கடைசி மகள் தங்குவுடன் தங்கியிருந்தார். அதே முகத் தெளிவு, அன்பான விசாரிப்புகள். மனைவி கமலாவும் இருந்தார். தனது அமெரிக்க அனுபவங்களைச் சொன்னார். சாந்தாகுரூசில் தங்கியிருக்கும்போது பெரிய புத்தகக் கடைகளில் சூடு ஊட்டப்பட்ட சுகமான வாசிப்பு அறைகளில் செலவிடும் பகல்பொழுதுகளைப் பற்றிச் சொன்னார். நீண்ட தூரம் நடப்பதைப் பற்றியும். கன்னியாகுமரியைப் போல் அமைதியான அட்லாண்டிக் கடற்கரையிலும். தமிழ் முறைப்படி எங்களை உபசரித்தார். கார்வரைக்கும் வந்து வழியனுப்பினார். பிறகு பார்க்கவில்லை.

(அக். 30, 2005 கலா கௌமுதி)
இதழ் 72, *காலச்சுவடு* டிசம்பர் 2005